சாமானியத் தலைவர்

காமராஜர்

ஜெகாதா

சத்யா

Title
Samaniya thalaivar Kamarajar
Jakatha
ISBN : 978-93-6666-546-7
Title Code : Sathyaa - 155

நூல் தலைப்பு
சாமானியத் தலைவர்
காமராஜர்

நூல் ஆசிரியர்
ஜெகாதா

முதற்பதிப்பு
மே 2025

விலை : ₹ 150

பக்கம் : 125

Printed in India

Published by

Sathyaa Enterprises
No.134, First Floor,
Choolaimedu high road, Choolaimedu,
Chennai - 600 094.
044 - 4507 4203, +91 9080529054

Email
sathyaabooks@gmail.com

உள்ளே...

1.	பதவிகளை விரும்பாத பாமரர்	5
2.	கர்மவீரர் காமராஜரின் ஆளுமைமிக்க அரசியல் பயணம்	8
3.	மாற்றுக் கட்சிக்கும் தலைவரானார் காமராஜர்	21
4.	ஆட்சியைப் பிடித்த காமராஜர்	29
5.	காமராஜரின் அரசியல் குழு	33
6.	காமராஜரிடம் மாறாப்பற்று கொண்ட ஜவஹர்லால் நேரு	37
7.	காங்கிரசை வீழ்த்தி ஆட்சியைக் கைப்பற்றிய தி.மு.க.	42
8.	இந்திராவைப் பிரதமராக்க காமராஜர் முடிவு	48
9.	நாகர்கோயிலில் கிடைத்த மாபெரும் வெற்றி	54
10.	காமராஜருக்கு எதிராக இராஜாஜி	61
11.	பெரியார் நெஞ்சில் காமராஜர்	70
12.	பத்திரிகையாளர்களால் பெயர் சூட்டப்பட்ட 'சிண்டிகேட்'	78
13.	காமராஜரைக் கொல்ல முயற்சி	86
14.	காமராஜரின் சர்வதேச பயணங்கள்	89
15.	கர்மவீரர் காமராஜர் பற்றிய சில சுவாரஸ்ய தகவல்கள்	93
16.	காமராஜரை ஆதரித்த பெரியார்	105
17.	காமராஜர் காலத்திய தொழில் நிறுவனங்கள்	110
18.	என்றும் ஏழையாக காமராஜரும் கக்கனும்	114
19.	காந்தியத் தத்துவத்தின் காவலர்	118
20.	காமராஜின் கடைசித் தருணங்கள்	122

1
பதவிகளை விரும்பாத பாமரர்

"பதவியில் இருந்து கொண்டு மேல் பதவிக்கு ஆசைப்படாத வர்கள் யாரும் இல்லை. ஆனால் காமராஜரைத் தேடி பதவிகள் பல வந்தன. ஆனால் அவற்றை காமராஜர் ஒரு பொருட்டாக கருதியதே இல்லை" என்று கிருபானந்தவாரியார் ஒருமுறை பாராட்டினார்.

காமராஜர் ஆட்சிக் காலத்தில் தமிழகம் அடைந்த முன்னேற்றம் மகத்தானது. எனவே தான் காமராஜர் ஆட்சிக் காலத்தை தமிழ்நாட்டின் பொற்காலம் என்று பெரியார் கூறினார்.

"அன்றாட அரசாங்க நிர்வாகத்திலும் பெரிய திட்டப் பணிகளை நிறைவேற்றுவதிலும் ஊழல்கள் குறைந்து திறமை அதிகமாகக் காணப்படும் ஒரே மாநிலம் தமிழகம்தான். பள்ளிக் குழந்தை களுக்கு பகல் உணவு அளிக்கும் திட்டம் வேறு எந்த மாநிலத்திலும் இல்லாத புதுமை" என்று பிரதமர் நேருஜி பாராட்டினார்.

காமராஜர் ஆட்சிக் காலத்தில் பல்வேறு சாதனைகள் நிகழ்ந்த போதும் அவை குறித்து போதிய விளம்பரம் ஏதும் செய்யப்பட வில்லை என்பது உண்மையே! அன்றைக்கு காங்கிரசை ஆதரித்து எழுதிய பத்திரிகைகள் மிகக் குறைவு. எதிர்க்கட்சியாக வளர்ந்து

கொண்டு வந்த தி.மு.க. பத்திரிகை சினிமா துறைகளில் புகுந்து வலுவான பிரச்சாரத்தில் ஈடுபட்டுக் கொண்டிருந்த காலகட்டம் அது.

இந்நிலை குறித்து மிகவும் கவலையுற்ற காங்கிரஸ் காரர்கள் ஒரு சமயம் காமராஜரை பார்த்து, 'நம் ஆட்சியில் சாதனைகள் ஏராளம். ஆனால் அதைப் பற்றி விளம்பரம் அதிக அளவில் செய்ய வேண்டும்' என்று கேட்டுக் கொண்டனர்.

விளம்பரம் என்ற வார்த்தையைக் கேட்ட போதெல்லாம் காமராஜர் கூறி வந்த பதில் இதுதான்.

"எதுக்கு விளம்பரம்னேன்? அணைகள் பல கட்டியிருக்கோம். விவசாயிகள் அதனால் பயனடையுறாங்க. பள்ளிக்கூடம் கட்டியிருக் கோம். பிள்ளைகள் படிக்கிறாங்க. மின்சார உற்பத்தியைப் பெருக்கி இருக்கோம். எல்லாக் கிராமத்திலும் லைட் எரியுது. பம்ப் செட்டு ஓடுது. நிறைய தொழிற்சாலைகள் அமைத்திருக்கோம். ஏராளமான பேருக்கு வேலை கெடைச்சிருக்கு. இப்படி எல்லாரும் பலனை அனுபவிக்காதபோது நம்ம சாதனை அவங்களுக்குப் புரியாதா என்ன? இதுக்குத் தனியா விளம்பரம் வேற பண்ணணுமா என்ன?" என்று கேட்டு கேட்போரை மடக்கி விடுவார் காமராஜர்.

கவிஞர் எஸ்.டி. சுந்தரம் ஒரு நாள் காமராஜரை சந்தித்து கேட்டார். 'அய்யா காங்கிரஸ் ஆட்சியின் சாதனைகளை விளக்கி ஒரு விளம்பரம் எடுத்து தமிழ்நாட்டுத் தியேட்டர்களிலெல்லாம் திரை யிட ஏற்பாடுகள் செய்ய வேண்டும்' என்று கேட்டுக் கொண்டார்.

அதைக் கேட்ட காமராஜர் 'சரி இதுக்கு என்ன செலவாகும்' என்று கேட்டார்.

'சுமார் 3 லட்சம் ரூபாய் வரை செலவாகும்' என்று கூறினார் கவிஞர் எஸ்.டி. சுந்தரம்.

இதைக் கேட்டுத் துடித்துப் போன காமராஜர், 'ஏ அப்பா! மூனு லட்சமா? மக்கள் தந்த வரிப்பணத்தில் நமக்கு விளம்பரமா? அந்த மூனு லட்சம் ரூபாய் இருந்தால் இன்னும் மூனு பள்ளிக்கூடங் களைத் திறந்து விடுவேனே! விளம்பரமும் வேண்டாம். படமும் வேண்டாம்' என்று தீர்மானமாகக் கூறிவிட்டார் காமராஜர்.

1965 ஆம் ஆண்டு சென்னை பெரியார் திடலில் 'தமிழ் சினிமா' ஆசிரியர் ஏ. கரீம் நடத்திய தலைவர் காமராஜரின் 60வது பிறந்த நாள் விழாவில் கலந்து பேசிய திராவிட முன்னேற்றக் கழகத்தைச் சேர்ந்த நடிகர் எம்.ஜி.ஆர் "கழகத்தின் லட்சியங்களைக் காமராஜர் நிறை வேற்ற விரும்புகிறார். காமராஜர் எனக்குத் தலைவர். எனக்கு வழிகாட்டி அண்ணா. பணக்காரர், படித்தவர், படிக்காதவர் என்ற வித்தியாசங்களையெல்லாம் ஒழித்து உழைப்பால் வாழ நினைக்கும் காமராஜரை எங்கிருந்தாலும் பாராட்டித்தான் தீர வேண்டும்" என்று கூறினார்.

இவர்கள் மட்டும்தானா காமராஜர் ஆட்சியைப் பாராட்டினார்கள்? இந்தியாவிற்கு வெளியில் இருந்தும் அவருக்கு பாராட்டுக்கள் குவிந்தன.

பிரிட்டிஷ் அரசி எலிசபெத், எகிப்து அதிபர் நாசர், சோவியத் யூனியன் பிரதமர், யூகோஷ்லாவியா அதிபர் மார்ஷல் டிட்டோ, பாகிஸ்தான் அதிபர் பூட்டோ, அமெரிக்கத்தூதர் செஷ்டர் பவுல்ஸ் போன்ற வெளிநாட்டு பிரமுகர்களும் காமராஜரின் ஆட்சி நிகழ்த்திய சாதனைகளைப் போற்றி பாராட்டினார்.

❐

2
கர்மவீரர் காமராஜரின் ஆளுமைமிக்க அரசியல் பயணம்

பிறப்பிற்கு பின் காமாட்சியாக அறியப்பட்ட காமராஜர், பள்ளிப் படிப்பை ஆரம்பத்திலேயே நிறுத்திவிட நேர்ந்தது. இவர் 1920களில் இந்திய சுதந்திர இயக்கத்தில் தீவிரமாக ஈடுபட்டார், இந்த செயல்பாடுகள் காரணமாக பிரித்தானிய அரசால் பலமுறை சிறையில் அடைக்கப்பட்டார். 1937-இல், காமராஜர் சென்னை சட்டமன்ற தேர்தலில் வெற்றி பெற்று உறுப்பினராகத் தேர்ந்தெடுக்கப்பட்டார். இவர் 1942-இல் வெள்ளையனே வெளியேறு இயக்கத்தின்போது மீண்டும் மூன்று ஆண்டுகள் சிறையிலிடப்பட்டார்.

இந்திய சுதந்திரத்திற்குப் பிறகு, காமராஜர் 1952 முதல் 1954 வரை மக்களவையில் உறுப்பினராகப் பணியாற்றினார். பின்னர் ஏப்ரல் 1954 இல் சென்னை மாநிலத்தின் முதலமைச்சர் பதவியை ஏற்றார். ஏறக்குறைய பத்தாண்டுகள் முதலமைச்சராக இருந்த இவர், மாநிலத்தின் உள்கட்டமைப்பை மேம்படுத்துவதிலும், ஏழைகள் மற்றும் பின்தங்கியவர்களின் வாழ்க்கைத் தரத்தை மேம்படுத்துவதிலும் முக்கியப் பங்காற்றினார். குழந்தைகளுக்கு இலவசக் கல்வி

மற்றும் பள்ளிக் குழந்தைகளுக்கு இலவச மதிய உணவுத் திட்டத்தை அறிமுகப்படுத்தினார். தமிழகத்தில் கல்வியை மேம்படுத்துவதில் இவர் ஆற்றிய பங்கின் காரணமாக கல்வித் தந்தை என்று பரவலாக அறியப்படுகிறார்.

காமராஜர் எளிமைக்கும் நேர்மைக்கும் பெயர் பெற்றவர். இவர் கருப்பு காந்தி, படிக்காத மேதை, பெருந்தலைவர், கர்மவீரர் என்று புகழப்படுகிறார். காமராஜரின் மறைவுக்குப் பின், 1976 இல் இந்திய அரசு இவருக்கு மிக உயரிய விருதான பாரத ரத்னாவை வழங்கி கௌரவப்படுத்தியது. மதுரை காமராஜர் பல்கலைக்கழகம், சென்னை பன்னாட்டு வானூர்தி நிலையத்தின் உள்நாட்டு முனையம் மற்றும் பல தெருக்கள் மற்றும் கட்டிடங்களுக்கு காமராஜர் பெயர் சூட்டப்பட்டுள்ளது.

காமராஜர் 1903 ஆம் ஆண்டு ஜூலை 15 ஆம் நாள் சென்னை மாகாணத்தின் விருதுப்பட்டியில் குமாரசாமி நாடார் மற்றும் சிவகாமி அம்மாள் ஆகியோருக்கு மகனாகப் பிறந்தார். இவரது தந்தை ஒரு தேங்காய் வியாபாரியாக இருந்தார். இவரது பெற்றோர் இவருக்கு குலதெய்வத்தின் பெயரான காமாட்சி என்ற பெயரை இட்டனர். இவரது பெற்றோர் இவரை ராசா என்று அழைத்தனர். இந்த இரு பெயர்களின் இணைப்பே பின்னர் காமராஜா என மாறியது. காமராஜருக்கு நாகம்மாள் என்ற தங்கை இருந்தார்.

ஐந்து வயதில், காமராஜர் உள்ளூர் தொடக்கப் பள்ளியில் சேர்க்கப் பட்டார். பின்னர் சிறிது காலத்திற்குப் பிறகு உயர்நிலைப் பள்ளிக்கு அனுப்பப்பட்டார். இவருக்கு ஆறு வயதாக இருந்தபோது, இவரின் தாத்தாவும் தந்தையும் அடுத்தடுத்து காலமானதைத் தொடர்ந்து, இவரது தாயார் குடும்பத்தை கவனிக்க வேண்டிய கட்டாயத்திற்குத் தள்ளப்பட்டார். பின்னர் இவர் தனது 12 வயதில் பள்ளிப்படிப்பை விட்டுவிட்டு, தனது தாய் மாமா நடத்தும் துணிக்கடையில் வேலைக்குச் சேர்ந்தார். பழங்கால தற்காப்புக் கலையான சிலம்பம் கற்றுக் கொண்டார், மேலும் உள்ளூர் மக்களுடன் சேர்ந்து முருகன் வழிபாட்டில் நேரத்தைச் செலவிட்டார்.

காமராஜர் 13 வயதிலிருந்தே பொது நிகழ்வுகள் மற்றும் அரசியலில் ஆர்வம் காட்டினார். தனது மாமாவின் கடையில் பணிபுரியும் போது, பஞ்சாயத்து கூட்டங்கள் மற்றும் பிற அரசியல் கூட்டங்களில் கலந்து கொள்ளத் தொடங்கினார். 'சுதேசமித்திரன்' தமிழ் நாளிதழை ஆர்வமாகப் பின்தொடர்ந்தார். கடையில் தனது வயதுடையவர்களுடன் அரசியல் நிகழ்வுகளைப் பற்றி விவாதித்தார்.

காமராஜர் அன்னிபெசன்ட் அம்மையாரின் தன்னாட்சி இயக்கத்தால் ஈர்க்கப்பட்டார். பங்கிம் சந்திர சட்டர்ஜி மற்றும் பாரதியார் ஆகியோரின் எழுத்துக்களால் ஈர்க்கப்பட்டார். அரசியலில் நாட்டம் கொண்டதாலும், தொழிலில் நேரத்தைச் செலவிடாததாலும், இவர் திருவனந்தபுரம் நகரிலுள்ள மற்றொரு மாமாவுக்குச் சொந்தமான மர கடையில் வேலை செய்ய அனுப்பப்பட்டார். கேரளத்தில் இருந்தபோது, இவர் தொடர்ந்து பொது நடவடிக்கைகளில் பங்கேற்றார். வைக்கம் நகரில் உள்ள மகாதேவர் கோவிலில் அனைத்து சாதி மக்களும் நுழைய வேண்டி நடத்தப்பட்ட வைக்கம் சத்தியாகிரகத்தில் பங்கேற்றார். காமராஜர் தனது சொந்த ஊருக்குத் திரும்ப அழைக்கப்பட்டார், இவருக்கு மணமகளைத் தேட இவரது தாயார் முயற்சித்த பொது, திருமணம் செய்ய மறுத்து விட்டார்.

விசாரணையின்றி இந்தியர்களின் சிறைவாசத்தை நீட்டித்த 1919 ஆம் ஆண்டின் ரௌலட் சட்டம் மற்றும் அதைத் தொடர்ந்து நூற்றுக் கணக்கான அமைதியான போராட்டக்காரர்கள் சுட்டுப் படுகொலை செய்யப்பட்ட ஜாலியான் வாலாபாக் படுகொலை ஆகிய நிகழ்வு களைத் தொடர்ந்து காமராஜர் தனது 16 ஆவது வயதில் இந்திய தேசிய காங்கிரஸ் இயக்கத்தில் சேர முடிவு செய்தார்.

21 செப்டம்பர் 1921 அன்று, இவர் மதுரையில் முதன்முறையாக மகாத்மா காந்தியைச் சந்தித்தார். காந்தியின் மது ஒழிப்பு, காதி பயன்பாடு மற்றும் தீண்டாமை ஒழிப்பு போன்ற கருத்துக்களால் கவரப்பட்டார். 1922 ஆம் ஆண்டில், ஒத்துழையாமை இயக்கத்தின் ஒரு பகுதியாக வேல்ஸ் இளவரசர் வருகைக்கு எதிர்ப்புத் தெரிவிக்க காமராஜர் சென்னைக்குச் சென்றார். பின்னர் விருதுநகர் நகரக் காங்கிரஸ் குழு உறுப்பினராகத் தேர்ந்தெடுக்கப்பட்டார். இதன்

பகுதியாக, இவர் இந்திய விடுதலை இயக்கத்தில் சேர மக்களைத் தூண்டுவதற்காக, காந்தியின் பேச்சுக்கள் அடங்கிய துண்டு பிரசுரங்களை விநியோகித்தார். அடுத்த சில ஆண்டுகளில், காமராஜர் நாக்பூரில் நடந்த கொடி சத்தியாகிரகம் மற்றும் சென்னையில் நடந்த வாள் சத்தியாகிரகம் ஆகியவற்றில் கலந்து கொண்டார். இவர் மதுரை மாவட்டம் மற்றும் அதன் சுற்றுப்புறங்களில் காங்கிரசின் கூட்டங்களை ஏற்பாடு செய்தார்.

1930 ஆம் ஆண்டில், காந்தியின் உப்பு சத்தியாக்கிரகதிற்கு ஆதரவாக வேதாரண்யம் கடற்கரையில் இராஜகோபாலாச்சாரி தலைமையில் நடைபெற்ற போராட்டத்தில் காமராஜர் கலந்து கொண்டார். இவர் அப்பொழுது முதன்முறையாக கைது செய்யப் பட்டு கிட்டத்தட்ட இரண்டு ஆண்டுகள் அலிபூர் சிறையில் அடைக்கப்பட்டார். 1931 இல் காந்தி-இர்வின் ஒப்பந்தம் கையெழுத்தான போது விடுவிக்கப்பட்டார். 1931ல் அகில இந்திய காங்கிரஸ் குழுவின் உறுப்பினராக நியமிக்கப்பட்டார். அடுத்த தசாப்தத்தில், சென்னை மாகாணத்தில் காங்கிரஸ் இராஜாஜி மற்றும் சத்தியமூர்த்தி தலைமையில் இரண்டாகப் பிளவுபட்டுக் காணப் பட்டது. சத்தியமூர்த்தியின் கொள்கைகளால் ஈர்க்கப்பட்ட காமராஜர் இதில் சத்தியமூர்த்தியை ஆதரித்தார். சத்தியமூர்த்தி காமராஜரின் அரசியல் குருவானார். அதே சமயம் காமராஜர் சத்தியமூர்த்தியின் நம்பகமான உதவியாளரானார். 1931 ஆம் ஆண்டு காங்கிரஸின் பிராந்திய தேர்தலில், துணைத் தலைவர் பதவிக்கு சத்தியமூர்த்தி வெற்றிபெற காமராஜர் உதவி செய்தார். 1932 இல், காமராஜர் மீண்டும் தேசத்துரோகம் மற்றும் வன்முறையைத் தூண்டிய குற்றச்சாட்டின் பேரில் கைது செய்யப்பட்டார். இவருக்கு திருச்சிராப்பள்ளி சிறையில் ஒரு ஆண்டு கடுங்காவல் சிறைத் தண்டனை விதிக்கப்பட்டது. பின்னர் இவர் வேலூர் மத்திய சிறைக்கு மாற்றப்பட்டார். அங்கு அவர் ஜெய்தேவ் கபூர் மற்றும் கமல்நாத் திவாரி போன்ற புரட்சியாளர்களுடன் தொடர்பை வளர்த்துக் கொண்டார். 1933-34 இல், காமராஜர் வங்காள ஆளுநர் ஜான் ஆண்டர்சனை கொலை செய்ய சதி செய்ததாகக் குற்றம் சாட்டப்பட்டது. கொலை செய்வதற்கான ஆயுதங்களை வழங்கிய

தாகக் குற்றம் சாட்டப்பட்ட இவர், 1934 இல் தகுந்த ஆதாரங்கள் இல்லாததால் விடுவிக்கப்பட்டார்.

1933 ஜுன் 23-ஆம் தேதி விருதுநகர் நகராட்சித் தேர்தலில் போட்டியிட்ட காமராஜர் எதிர்கட்சியால் கடத்தப்பட்டார். முத்துராமலிங்கத் தேவர் அவர்களின் முயற்சியால் மீட்கப்பட்டார். தேர்தலில் வரி செலுத்துவோர் மட்டுமே நிற்க முடியும் என்ற விதி இருந்தது. இதனால் காமராஜர் பெயரில் வரி கட்டி ஓர் ஆட்டுக் குட்டியை விலைக்கு வாங்கிய தேவர், இவரை தேர்தலில் நிற்கும்படி செய்தார். 1933ஆம் ஆண்டு செப்டம்பர் 21ஆம் தேதி விருதுநகரில் உள்ள தபால் நிலையம் மற்றும் காவல் நிலையங்களில் குண்டு வெடித்தது. நவம்பர் 9 ஆம் தேதி, உள்ளூர் காவல் ஆய்வாளரின் எதிர்ப்பையும் மீறி காமராஜர் குண்டுவெடிப்பில் ஈடுபட்டதாக கைது செய்யப்பட்டார்.

இந்திய காவல்துறை அதிகாரிகளும் பிரித்தானிய அதிகாரிகளும் சேர்ந்து பல தந்திர வழிகளிலும் துன்புறுத்தலிலும் ஈடுபட்டு இந்த வழக்கில் காமராஜரின் ஒப்புதல் வாக்குமூலம் பெற முயற்சித்தனர். நீதிமன்றத்தில் காமராஜர் சார்பில் வரதராசுலு நாயுடு மற்றும் சார்ச் சோசப் ஆகியோர் வாதிட்டு, குற்றச்சாட்டுகள் ஆதாரமற்றவை என நிருபித்தனர். வழக்கில் இருந்து விடுவிக்கப்பட்ட போதிலும், காமராஜர் இந்த வழக்கின் செலவுக்காக வீட்டைத் தவிர தனது மூதாதையர் சொத்துக்களில் பெரும்பாலானவற்றை விற்க நேரிட்டிருந்தது.

1934 இந்தியப் பொதுத் தேர்தலில் இவர் காங்கிரசிற்கான பிரச்சாரத்தை ஏற்பாடு செய்தார். 1936 இல் சென்னை மாகாண காங்கிரஸ் குழுவின் பொதுச் செயலாளராக நியமிக்கப்பட்டார். 1937 இல் சென்னை மாகாண சட்டப் பேரவைத் தேர்தலில், சட்டமன்ற உறுப்பினராகத் தேர்ந்தெடுக்கப்பட்டார்.

1940 இல், காமராஜர் சென்னை மாகாண காங்கிரசுத் தலைவராக தேர்ந்தெடுக்கப்பட்டார், சத்தியமூர்த்தி பொதுச் செயலாளராக பணியாற்றினார். சென்னை மாகாண ஆளுநர் ஆத்தர் ஹோப் இரண்டாம் உலகப்போரின் போது நேச நாடுகளுக்கு நிதியளிக்க

நன்கொடைகளை சேகரித்த போது, அதற்கு எதிராக பிரச்சாரத்தை நடத்தினார். 1940 டிசம்பரில், போர்நிதிக்கு நன்கொடை அளிப்பதை எதிர்த்து பேசியதற்காக இந்திய பாதுகாப்பு விதிகளின் கீழ் கைது செய்யப்பட்டு வேலூர் சிறைக்கு அனுப்பப்பட்டார். அங்கிருக்கும் போதே 1941 இல் விருதுநகர் நகராட்சித் தலைவராகத் தேர்ந் தெடுக்கப்பட்டார். ஒன்பது மாதங்களுக்குப் பின் விடுதலை ஆனதும் நேராகச் சென்று பதவி ஏற்றவுடன், உடனடியாக பதவியை விட்டு விலகினார். பதவிக்கு நேர்மையாக முழுமையாகக் கடமை யாற்ற முடியாத நிலையில் அதில் ஒட்டிக் கொண்டிருப்பது தவறு என்பது அவருடைய கொள்கையாக இருந்தது.

ஆகஸ்ட் 1942 இல், காமராஜர் பம்பாயில் நடந்த அகில இந்திய காங்கிரஸ் கூட்டத்தில் கலந்து கொண்டு வெள்ளையனே வெளியேறு இயக்கதிற்குப் பிரச்சாரப் பொருட்களுடன் திரும்பினார். பம்பாய் அமர்வில் கலந்து கொண்ட அனைத்து தலைவர்களையும் கைது செய்ய காவல்துறைக்கு உத்தரவு பிறப்பிக்கப்பட்டது. காமராஜர் உள்ளூர் தலைவர்களுக்குக் கூட்டத்தில் கூறப்பட்ட செய்தியைச் சேர்ப்பதற்கு முன்பு கைது செய்யப்படுவதை விரும்பவில்லை. பல்வேறு வழிகளில் கைது செய்யப்படுவதைத் தவிர்த்த இவர். வேலை முடிந்ததும் காவல் துறையிடம் சரணடைந்தார். சிறையில் இருந்தபோது, மார்ச் 1943 இல் சத்தியமூர்த்தி காலமானார்.

ஜூன் 1945 இல் விடுவிக்கப்படுவதற்கு முன்பு இவர் மூன்று ஆண்டுகள் சிறைக் காவலில் இருந்தார். இதுவே காமராஜரின் கடைசி மற்றும் நீண்ட சிறைத் தண்டனையாகும். காமராஜரின் விடுதலை ஆதரவான நடவடிக்கைகளுக்காக ஆங்கிலேயர்களால் ஆறு முறை ஏறத்தாழ 3,000 நாட்களுக்கு மேல் சிறையில் அடைக்கப்பட்டிருந்தார்.

சிறையில் இருந்து வெளிவந்த பிறகு, இராஜாஜி கட்சியில் இருந்து விலகியதாலும், சத்யமூர்த்தி காலமானதாலும் காங்கிரஸ் கணிசமாக பலவீனமடைந்திருந்ததை கண்டார். இருவருக்குள் இருந்த கருத்து வேறுபாடுகளை ஒதுக்கி வைத்துவிட்டு இராஜாஜியைச் சந்தித்த போதிலும், காமராஜரின் விருப்பத்திற்கு மாறாக ராஜாஜி மீண்டும்

கட்சியில் சேர்க்கப்பட்டதால் காமராஜர் கோபமடைந்தார். சர்தார் படேல் ஆலோசனையின் பேரில், பின்னர் இருவருக்கும் சமரசம் ஏற்படுத்தப்பட்டது. 1946ல் காந்தியின் சென்னை வருகைக்குப் பிறகு, ராஜாஜி கட்சியின் சிறந்த தலைவர் என்றும், அவருக்கு எதிராக சிலர் செயல்படுகிறார்கள் என்றும் காந்தி எழுதினார். இது மறைமுகமாகக் தன்னை குறிப்பிட்டு எழுதியதாகக் கருதிய காமராஜர், கட்சியின் நாடாளுமன்றக் குழுவில் இருந்து ராஜினாமா செய்தார். காந்தி பின்னர் சமாதானப்படுத்த முயற்சி செய்த போதிலும், காமராஜர் தனது ராஜினாமாவை திரும்பப் பெற மறுத்து விட்டார். இதற்கிடையில், காமராஜருக்கு கட்சியில் இருந்த செல்வாக்கு காரணமாக ராஜாஜி அரசியலில் இருந்து தற்காலிக ஓய்வு பெற்றார்.

1946 சென்னை மாகாண சட்டப் பேரவைத் தேர்தலில், காங்கிரசு வெற்றி பெற்று ஆட்சியமைக்கும் உரிமையைப் பெற்றது. த. பிரகாசம் முதலமைச்சராக நியமிக்கப்பட்டார். ஆனால் சிறிது காலத்திலேயே காமராஜருடன் ஏற்பட்ட கருத்து மோதல் காரண மாக அவர் மாற்றப்பட்டு, அதற்கு பதிலாக ஓமந்தூர் ராமசாமி முதலமைச்சராக நியமிக்கப்பட்டார். பின்னர் ராமசாமி மாற்றப் பட்டு குமாரசுவாமி ராசா 1949 இல் முதலமைச்சராக ஆக்கப் பட்டார். அந்தக் காலகட்டத்தில், காங்கிரஸ் கட்சியின் தலைவராக காமராஜர் கட்சி விவகாரங்களில் கணிசமான ஆதிக்கம் செலுத்தும் செல்வாக்கைப் பெற்றிருந்தார்.

1947 ஆகஸ்ட் 15 அன்று, காமராஜர் இந்திய தேசியக் கொடியை சென்னையில் சத்தியமூர்த்தியின் வீட்டில் ஏற்றினார். 1951-52 இந்தியப் பொதுத் தேர்தலில், திருவில்லிபுத்தூர் தொகுதியில் வெற்றி பெற்று மக்களவை உறுப்பினரானார்.

1952 சென்னை மாநில சட்டமன்றத் தேர்தலில், காங்கிரஸ் பாதிக்கும் குறைவான இடங்களில் மட்டுமே (375ல் 152) வெற்றி பெற்றது. தனிப்பெரும் கட்சியாக உருவெடுத்தாலும், தனிப்பெரும் பான்மை இல்லாததால் ஆட்சி அமைக்க காமராஜர் விரும்ப வில்லை. ஆனால் காங்கிரசின் மத்தியக் குழு ஆட்சி அமைக்க

ஆர்வமாக இருந்தது. இந்தியத் தலைமை ஆளுநராக பதவி வகித்து ஒய்வுக் காலத்துக்குச் சென்ற இராஜாஜிதான் தலைமை தாங்க சரியானவர் என்று முடிவு செய்யப்பட்டது. அப்போதைய பிரதமர் ஜவஹர்லால் நேரு உடனான ஆலோசனைக்குப் பிறகு, இராஜாஜி அரசாங்கத்தை அமைத்தார்.

காமராஜர் 12 ஆண்டுகளுக்குப் பிறகு கட்சியின் தலைவர் பதவியில் இருந்து ராஜினாமா செய்தார். இராஜாஜியுடன் பணியாற்றக் கூடிய ஒருவரை தலைவராக தேர்ந்தெடுக்க வேண்டும் என்று பரிந்துரைத்தார். இதன் பேரில் பி. சுப்பராயன் தலைவராகத் தேர்ந்தெடுக்கப்பட்டார். ஆனால் 1953 இல் காமராஜர் மீண்டும் தலைவராகப் பொறுப்பேற்க வேண்டிய நிலை ஏற்பட்டது.

இராஜாஜியின் குலக்கல்வித் திட்டத்திற்கு பெரும் எதிர்ப்பு கிளம்ப, அதே சமயத்தில் மொழிவாரி மாநிலங்கள் அமைப்பின் காரணமாக 1953-இல் ஆண்டு ஆந்திரா பிரிக்கப்பட, காங்கிரஸ் கட்சியின் உள்ளேயே இராஜாஜிக்குப் பெரும் எதிர்ப்பு கிளம்பியது. கட்சி மேலிடத்தின் அனுமதியுடன் இராஜாஜி தான் அவமானப்படு வதைத் தவிர்க்க, தானே விலகிக் கொள்கிறேன் என்று அறிவித்தார். பின்னர் நடைபெற்ற சட்டமன்ற உறுப்பினர்களின் கூட்டத்தில் காமராஜரை எதிர்த்து தன்னுடைய ஆதரவாளரான சி.சுப்பிர மணியத்தை முன்னிறுத்தினார். காமராஜர் சட்டமன்ற உறுப்பினர் களால் கட்சியின் தலைவராக தேர்ந்தெடுக்கப்பட்டார். 1954 ஏப்ரல் 13 தமிழ்ப் புத்தாண்டு அன்று சென்னை மாநிலத்தின் முதல்வராக பொறுப்பேற்றார். நாடாளுமன்ற உறுப்பினர் பதவியை ராஜினாமா செய்து விட்டு குடியாத்தம் சட்டமன்றத் தொகுதி இடைத்தேர்தலில் போட்டியிட்டு வெற்றி பெற்றார். அப்பொழுது காமராஜருக்கு பெரியார் மற்றும் அண்ணாதுரை போன்ற பிற கட்சி தலைவர்களின் ஆதரவும் இருந்தது.

காமராஜர் அமைச்சரவையில் மிகக் குறைந்த எண்ணிக்கையிலேயே (8 பேர்) அமைச்சர்கள் இருந்தனர். தன்னை எதிர்த்துப் போட்டி யிட்ட சுப்பிரமணியம் மற்றும் அவரை முன்மொழிந்த எம்.பக்த வத்சலம் இருவரையுமே அமைச்சரவையில் சேர்த்தார். இவர்

கச்சிதமான செயல்திறனில் நம்பிக்கை கொண்டிருந்ததால், அறிவு மற்றும் திறனின் அடிப்படையில் தனது அமைச்சர்களைத் தேர்வு செய்தார். மாநிலத்தின் வளர்ச்சிக்கு உதவுவதற்காக இந்தியாவின் ஐந்தாண்டுத் திட்டங்களைத் திறம்படப் பயன்படுத்தினார். அமைச்சர்கள் மற்றும் அதிகாரிகள் அடங்கிய மாநில வளர்ச்சிக் குழுக்களை உருவாக்கினார், அவை வளர்ச்சிக்கான திட்டங்களை வகுத்தன மற்றும் பல்வேறு துறைகளின் செயல்பாடுகளை மதிப்பாய்வு செய்தன.

காமராஜர் கல்வி முறையிலும் உள்கட்டமைப்பிலும் பெரிய மாற்றங்களைக் கொண்டு வந்தார். இராஜாஜி கொண்டு வந்திருந்த குடும்பத் தொழில் அடிப்படையிலான தொடக்கக் கல்வியின் மாற்றியமைக்கப்பட்ட திட்டம் திரும்பப் பெறப்பட்டு, 11 வயது வரையிலான குழந்தைகளுக்குப் பள்ளிக் கல்வி இலவசமாக வழங்கப்பட்டது. மாணவர்கள் நீண்ட தூரம் நடக்காமல் இருக்க, ஒவ்வொரு 3 கி.மீ (1.9 mi) சுற்றளவிலும் பள்ளிகள் திறக்கப்பட வேண்டும் என்று கல்விக் கொள்கை வகுக்கப்பட்டது. இதன் விளைவாக, முன்பு மூடப்பட்ட ஏறத்தாழ 6,000 பள்ளிகள் மீண்டும் திறக்கப்பப்பட்டன மற்றும் 12,000 புதிய பள்ளிகள் புதிதாக ஏற்படுத்தப்பட்டன.

மாணவர் சேர்க்கை குறைவு மற்றும் குழந்தைகளுக்கு ஊட்டச்சத்து குறைபாடு இருப்பதும் கண்டறியப்பட்டபோது, காமராஜர் இலவச மதிய உணவுத் திட்டத்தை விரிவுபடுத்தினார். அனைத்து பள்ளிகளிலும் ஒரு நாளைக்கு ஒரு வேலை இலவச உணவாவது வழங்க ஏற்பாடு செய்தார். கல்வி உள்கட்டமைப்பை மேம்படுத்துவதற்கு, பொது மக்களின் உதவி மற்றும் பங்களிப்புகள் கோரப்படும் திட்டங்கள் அறிமுகப்படுத்தப்பட்டன. பள்ளிகளில் சாதி மற்றும் வகுப்பு அடிப்படையிலான வேறுபாடுகளைக் களைய இலவச சீருடைகள் அறிமுகப்படுத்தப்பட்டன.

புதிய பாடத்திட்டம் அறிமுகப்படுத்தப்பட்டு கல்வி முறை சீர் திருத்தப்பட்டு வேலை நாட்களின் எண்ணிக்கை அதிகரிக்கப் பட்டது. 1959 இல் இந்திய தொழில்நுட்பக் கழகம் சென்னை உட்பட பல புதிய உயர்கல்வி நிறுவனங்கள் நிறுவப்பட்டன.

காமராஜர் முதல் அமைச்சரான முதல் ஆண்டிலேயே அனைத்துத் தொடக்கப்பள்ளி ஆசிரியர்களுக்கும் ஓய்வு ஊதியம் வழங்க ஆணையிட்டார். பின்னர் உயர்நிலைப் பள்ளி ஆசிரியர்களுக்கும் அதன்பின்னர் தனியார் கல்லூரி ஆசிரியர்களுக்கும் ஓய்வு ஊதியம் வழங்கும்படி ஓய்வு ஊதியத் திட்டத்தை நீட்டித்தார். இந்த முயற்சிகள் பத்தாண்டுகளில் மாநிலத்தில் பள்ளிச் சேர்க்கையில் கணிசமான முன்னேற்றம் மற்றும் கல்வியறிவு விகிதங்களின் வளர்ச்சியை ஏற்படுத்தியது. இது காமராஜருக்கு கல்வி தந்தை என்ற பெயரைப் பெற்றுத் தந்தது.

காமராஜர் முதலமைச்சராகப் பதவி வகித்த காலங்களில் நாட்டு முன்னேற்றம், நாட்டு மக்களின் வாழ்க்கை முன்னேற்றம், கல்வி, தொழில் வளத்துக்கு முன்னுரிமையளித்து பல திட்டங்களை நிறைவேற்றினார். இவரது ஆட்சிக் காலத்தில் பெரிய நீர்ப்பாசனத் திட்டங்கள் மற்றும் அணைகள் திட்டமிடப்பட்டு செயல்படுத்தப் பட்டன. உள்ளூர் வளங்களின் பயன்பாட்டை அதிகரிக்க சிறு மற்றும் நடுத்தர நிறுவனங்கள் ஊக்குவிக்கப்பட்டன. இவற்றுக்கு அரசாங்கத்தால் மின்சார உதவி வழங்கப்பட்டது. சென்னை இரயில் பெட்டி இணைப்புத் தொழிற்சாலை, ஆவடி கனரக வாகனத் தொழிற்சாலை, நெய்வேலி பழுப்பு நிலக்கரி நிறுவனம், திருச்சி பாரதமிகு மின் நிறுவனம், மணலி சுத்திகரிப்பு நிலையம், நீலகிரி புகைப்படச்சுருள் தொழிற்சாலை உள்ளிட்ட பொதுத்துறை நிறுவனங்கள் பல நிறுவப்பட்டன.

1957 மற்றும் சென்னை மாநில சட்டமன்றத் தேர்தல், 1962 தேர்தல் களில் வெற்றி பெற்ற காமராஜர் தொடர்ந்து மூன்று முறை முதலமைச்சராக இருந்தார். 1960களின் நடுப்பகுதியில், காங்கிரஸ் கட்சி மெல்ல அதன் வீரியத்தை இழந்து வருவதைக் கவனித்த இவர், கட்சியை மீண்டும் கட்டியெழுப்புவதில் கவனம் செலுத்த முதல்வர் பதவியை ராஜினாமா செய்ய முன்வந்தார். 2 அக்டோபர் 1963 காந்தி ஜெயந்தி தினத்தன்று அன்று முதல்வர் பதவியை துறந்தார்.

காமராஜர் தனது முதல்வர் பதவியை துறந்த பிறகு, மூத்த காங்கிரஸ் தலைவர்கள் அனைவரும் தங்கள் பதவிகளை ராஜினாமா செய்து விட்டு, காங்கிரஸ் கட்சியின் மறுமலர்ச்சிக்கு தங்களை அர்ப்பணிக்க

வேண்டும் என்று முன்மொழிந்தார். அப்போதைய இந்தியப் பிரதமர் ஜவஹர்லால் நேருவிடம் மூத்த காங்கிரஸ் தலைவர்கள் அமைச்சுப் பதவிகளை விட்டுவிட்டு காட்சிப் பணிகளை மேற் கொள்ள வேண்டும் என்று பரிந்துரைத்தார். இந்த ஆலோசனை யானது 'காமராஜர் திட்டம்' என்று அறியப்பட்டது. இது காங்கிரஸார் அதிகாரத்தால் ஈர்க்கப்படுகிறார்கள் என்ற எண்ணத்தைப் போக்கவும், கட்சியின் மதிப்புகள் மற்றும் நோக்கங் களுக்காக அர்ப்பணிப்பை உருவாக்கவும் வடிவமைக்கப்பட்டது. காங்கிரசின் ஆறு மத்திய அமைச்சர்கள் மற்றும் ஆறு மாநில முதலமைச்சர்கள் இதைத் தொடர்ந்து தங்கள் பதவிகளை ராஜினாமா செய்தனர். இதைத் தொடர்ந்து காமராஜர் காங்கிரஸின் தேசியத் தலைவராக 9 அக்டோபர் 1963 அன்று தேர்ந்தெடுக்கப் பட்டார்.

1964 இல் நேருவின் அகால மரணத்திற்குப் பிறகு, கொந்தளிப் பான காலகட்டத்தில் காமராஜர் கட்சியை வெற்றிகரமாக வழி நடத்தினார். கட்சியின் தலைவராக இருந்த போதிலும், அடுத்த பிரதமராக வர மறுத்து, 1964ல் லால்பகதூர் சாஸ்திரி மற்றும் 1966ல் நேருவின் மகள் இந்திரா காந்தி ஆகிய இரண்டு பிரதமர்களை ஆட்சிக்குக் கொண்டுவர முக்கியப் பங்காற்றினார். இதனால் 1960 களில் 'கிங்மேக்கர்' (அரசர்களை உருவாக்குபவர்) என்று பரவலாகப் பாராட்டப்பட்டார்.

1965 இல், உணவு நெருக்கடியின் போது, காமராஜர் அப்போதைய நிதி அமைச்சரான டி. டி. கிருஷ்ணமாச்சாரியின் உதவியோடு ரேசன் உணவு விநியோக முறையை அறிமுகம் செய்தார். காங்கிரஸ் கட்சியின் மீதான மக்களின் ஏமாற்றம் திராவிட முன்னேற்றக் கழகம் வளர வழிவகுத்தது. 1967 மாநில சட்டப் பேரவைத் தேர்தலில் காங்கிரசின் தோல்விக்கு வழிவகுத்தது. காமராஜர் தேர்தலில் தமது சொந்த ஊரான விருதுநகர் தொகுதியில் பெ.சீனிவாசன் என்பவரால் 1,285 வாக்குகள் வேறுபாட்டில் தோற்கடிக்கப் பட்டார். பின்னர் நாகர்கோயில் மக்களவைத் தொகுதியில் 1969இல் நடைபெற்ற இடைத்தேர்தலில் வெற்றி பெற்றார்.

இந்திரா காந்தி பிரதமராக நியமிக்கப்பட்டதில் இருந்தே, அவருக்கும் காமராஜர் தலைமையிலான ‘சிண்டிகேட்’ எனப்படும் காங்கிரசின் உயர்மட்டத் தலைவர்களுக்கும் இடையே மோதல் ஏற்பட்டது. 1967 இந்தியப் பொதுத் தேர்தலில் காங்கிரசின் வெற்றிக்குப் பிறகு, இந்தப் பிளவு மேலும் விரிவடையத் தொடங்கி யது. 1969 இல் கட்சி விரோத நடவடிக்கைகளுக்காக இந்திரா காந்தி காங்கிரசு கட்சியிலிருந்து நீக்கப்பட்டார். கட்சி இரண்டாக பிளவு பட்டது. காமராஜர் தலைமையில் நிறுவன காங்கிரஸ் செயல் பட்டது. இந்திரா காந்தி சிறிய பிராந்தியக் கட்சிகளின் ஆதரவுடன் பிரதமராகத் தொடர்ந்தார். 1970 இல் நாடளுமன்ற கீழவையைக் கலைத்து புதிய தேர்தல்களுக்கு அழைப்பு விடுத்தார். 1971 இந்தியப் பொதுத் தேர்தலில், இந்திரா தலைமையிலான அணி பெற்ற 352 இடங்களில் வென்றது. இதனுடன் ஒப்பிடுகையில் நிறுவன காங்கிரஸ் வெறும் 16 இடங்களை மட்டுமே பெற்றது. 1975 இல் இறக்கும் வரை நிறுவன காங்கிரசின் ஒரு பகுதியாகவே இருந்தார் காமராஜர்.

இந்திரா காந்தி நெருக்கடி நிலையினை அமல் செய்தபோது அதனைக் கடுமையாக எதிர்த்தவர்களில் காமராஜரும் ஒருவர். இந்தியாவின் விடுதலைக்குப் பாடுபட்ட பல தலைவர்கள் இக்கால கட்டத்தில் அரசால் கைது செய்யப்பட்டிருந்தனர். இந்தியாவின் அரசியல்போக்கு குறித்து மிகுந்த குறையும் கவலையும் கொண்டிருந் தார். 1975 ஆம் ஆண்டு அக்டோபர் 2 ஆம் தேதி, மதிய உணவுக்குப் பிறகு காமராஜருக்கு நெஞ்சு வலி ஏற்பட்டது. 72 வயதில் மாரடைப்பு காரணமாக தூக்கத்தில் உயிர் பிரிந்தது. காமராஜரின் உடல் பொது மக்கள் பார்வைக்காக இராஜாஜி மண்டபத்தில் வைக்கப்பட்டது. மறுநாள், காந்தி மண்டபத்திற்கு ஊர்வலமாக எடுத்துச் செல்லப் பட்டு முழு அரசு மரியாதையுடன் தகனம் செய்யப்பட்டது. காமராஜருக்கு அர்ப்பணிக்கப்பட்ட நினைவுச் சின்னங்கள் சென்னை, விருதுநகர் மற்றும் கன்னியாகுமரி ஆகிய இடங்களில் நிறுவப்பட்டுள்ளன.

காமராஜர் தனது வாழ்க்கையின் பெரும் பகுதியை அரசியலில் செலவிட்டார், உறவுகள் மற்றும் குடும்பத்திற்காக அதிக நேரத்தை செலவிடவில்லை. காமராஜர் தனது எளிமை மற்றும் நேர்மைக்கு பெயர் பெற்றவர். இவர் காந்தியக் கொள்கைகளைப் பின்பற்றினார்,

எப்போதும் எளிமையான காதி சட்டை மற்றும் வேட்டி அணிந்திருந்தார். இதனால் இவர் மக்களால் அன்போடு 'கருப்பு காந்தி' என்று அழைக்கப்பட்டார். இவர் முதலமைச்சராக இருந்த போது, விருதுநகர் நகராட்சி தனது வீட்டிற்கு நேரடி குடிநீர் இணைப்பு வழங்கியபோது, சிறப்புச் சலுகைகள் எதுவும் வேண்டாம் என்றும், பொதுத்துறை நிறுவனங்கள் மக்களுக்கு சேவை செய்ய வேண்டுமே தவிர, தனியாருக்கு அல்ல என்று கூறி உடனடியாக அதைத் துண்டிக்க உத்தரவிட்டார். காவல்துறையின் பாதுகாப்பை மறுத்து, அது பொது மக்களின் பணத்தை வீணடிப்ப தாக கூறினார். காமராஜருக்குச் சொந்தமாகச் சொத்து எதுவும் இல்லை. இறக்கும்போது இவரிடம் கைவசம் ஒரு சில புத்தகங் களைத் தவிர ரூ.130 பணம், இரண்டு சோடி செருப்புகள், நான்கு சட்டைகள் மற்றும் வேட்டிகள் மட்டுமே இருந்தன.

எந்தவொரு இலக்கையும் சரியான வழிமுறையின் மூலம் அடைய முடியும் என்று நம்பிய இவர் கர்ம வீரர் மற்றும் பெருந் தலைவர் என குறிப்பிடப்படுகிறார். இவர் படிக்காத மேதை என்ற அடைமொழியால் அழைக்கப்பட்டார்.

காமராஜரின் மறைவுக்கு பின், 1976 இல் இந்திய அரசு இவருக்குப் மிக உயரிய விருதான பாரத ரத்னா வழங்கி கௌரவபபடுததியது. 2004 ஆம் ஆண்டில், இந்திய அரசாங்கம் காமராஜரின் நூற்றாண்டு விழாவைக் குறிக்கும் வகையில் ரூ. 100 மற்றும் ரூ. 5 மதிப்புள்ள சிறப்பு நினைவு நாணயங்களை வெளியிட்டது.

மதுரை காமராஜர் பல்கலைக்கழகம், சென்னை பன்னாட்டு வானூர்தி நிலையத்தின் உள்நாட்டு முனையம் மற்றும் எண்ணூர் துறைமுகம் ஆகியவற்றிற்கு காமராஜர் பெயர் சூட்டப்பட்டுள்ளது. பல தெருக்கள், தொடர்வண்டி நிலையங்கள் மற்றும் கட்டிடங் களுக்கு காமராஜர் பெயர் சூட்டப்பட்டுள்ளது. இவரை போற்றும் வகையில், புது டெல்லியில் உள்ள இந்திய நாடாளுமன்றம் மற்றும் சென்னையில் உள்ள மெரினா கடற்கரை முகப்பு உட்பட பல இடங்களில் இவரின் சிலைகள் உள்ளன.

❐

3
மாற்றுக் கட்சிக்கும் தலைவரானார் காமராஜர்

தமிழக வரலாற்றில் காமராஜர் தலைமையில் காங்கிரஸ் ஆண்ட பத்து ஆண்டுகள் ஒரு பொற்காலமாகவே பலராலும் போற்றப்படுகிறது. தமிழக வரலாறு புவியியல் ரீதியாக வலுப்பெற்ற காலகட்டம் காமராஜர் ஆட்சியில்தான்.

காங்கிரஸின் பரம எதிரியான திராவிட இயக்கங்கள், அரசியல் மேடைகளில் அவரை வரிந்து கட்டி தாக்கினாலும் தனிப்பட்ட முறையில் அவர் மீது நன்மதிப்பு கொண்டிருந்தனர்.

பெரியார், அண்ணா, கருணாநிதி, எம்.ஜி.ஆர் என வரிசைத் தலைவர்கள் காமராஜரை நேசித்த விதம் அரசியல் கண்ணியத்திற்கு என்றும் அழியாத சாட்சிகள்.

காங்கிரசும், அண்ணா தலைமையிலான தி.மு.க.வும் அரசியல் களத்தில் அனல் கிளப்பி வந்த 60களில் எம்.ஜி.ஆரை மையமாகக் கொண்டு தி.மு.க.வில் ஒரு புயல் கிளம்பியது.

அண்ணாவின் தலைமையிலான தி.மு.க.வில் முக்கிய தலைவர்கள் வரிசையில் கொண்டாடப்பட்ட எம்.ஜி.ஆர், எதிர் கூடாரத்தி

லிருந்த காமராஜர் மீது கொண்ட காதலுக்கு அந்த சம்பவம் சாட்சியானது.

கருத்தியல் ரீதியாக எம்.ஜி.ஆரை தி.மு.க.விடமிருந்து தனிமைப் படுத்திய அந்த சம்பவம் ஒரு வரலாற்று நிகழ்வும்கூட. தி.மு.க.வில் ஒரு பெரிய புயலை கிளப்பிய அந்த சம்பவம் நிகழ்ந்தது 1965ஆம் ஆண்டு காமராஜரின் 62வது பிறந்த நாள் விழாவின்போது.

சென்னை எழும்பூர் பெரியார் திடலில் நடந்த அந்த விழாவிற்கு சிறப்பு விருந்தாளியாக அழைக்கப்பட்டிருந்த எம்.ஜி.ஆர். மேடை யில் சற்று உணர்ச்சி வசப்பட பின்னாளில் அது பெரும் சலசலப்பை தி.மு.க.வில் உருவாக்கியது.

எம்.ஜி.ஆரின் சர்ச்சைக்குரிய உரை இதுதான்...

“காமராஜரின் பிறந்த தின விழாவில் நானும் கலந்து கொண்டு அவரை வாழ்த்தி அவர் நீடுழி வாழ வேண்டும் என்று வாழ்த்தும் வாய்ப்பு எனக்கு கிடைத்தமைக்குப் பெருமைப்படுகிறேன்.

தலைவர் காமராஜர், தோழர் காமராஜர், அய்யா காமராஜர் என்று பலர் அழைக்கும் நிலையை காமராஜர் அடைந்திருக்கிறார். எல்லோ ராலும் பாராட்டப்பட வேண்டியவர் பாராட்ட வேண்டும். நல்ல உள்ளம் கொண்டவர்களை எல்லோரும் பாராட்டித்தான் தீர வேண்டும். மனிதனை மனிதன் பாராட்ட வேண்டும். நல்லவனை நல்லவன் பாராட்ட வேண்டும்.

கொள்கைக்காக வாழ்கிறவனை கொள்கைக்காக வாழ்கிறவர்கள் பாராட்டியாக வேண்டும். யார் யாரை மதிக்கிறார்களோ அவர் களைப் பாராட்டியாக வேண்டும். இந்த நிலை மாறும்போது அருவருப்பான சூழ்நிலை ஏற்படுகிறது.

நண்பர் சிவாஜி கணேசன ஒரு கட்சியில் (தி.மு.க) இருந்து விட்டுப் போனார். அவருடைய கட்டபொம்மன் நாடகத்திற்கு எங்கள் தலைவர் அண்ணா போய் எங்கிருந்தாலும் வாழ்க என்று வாழ்த்தி னார். சிவாஜி நம்மை விட்டுப் போய் விட்டாரே என்ற எண்ணத் திற்கே அங்கு இடமில்லை. அதுதான் நல்ல பண்பு.

காமராஜர் என்னை விட்டுப் போகவில்லை. நான் அவரை விட்டு வந்தவன் (எம்.ஜி.ஆர். ஆரம்பத்தில் காங்கிரசில் இருந்தவர்) நான் காமராஜரைப் பாராட்டி பேச வந்ததற்கு வேறு உள் காரணங்கள் தேடினாலும் கிடைக்காது.

காமராஜர் வாழ்ந்தால் யாருக்கு லாபம்? வாழாமல் இருந்தால் யாருக்கு லாபம்? காமராஜர் ஒரு ஏழையாக வளர்ந்திருக்கிறார். யாரும் மேடையில் ஏறி அவர் சொத்து சேர்த்திருக்கிறார் என்று சொல்ல முடியுமா?

தன்னை ஈன்றெடுத்த தாய் நோய்வாய்ப்பட்டிருந்தாலும் அவரை 10 நிமிடங்கள், 5 நிமிடங்களுக்கு மேல் இருந்து பார்ப்பதில்லை. தன் தாயை ஈன்ற இந்த நாட்டின் கடமைகளை விடாமல் செய்து வருகிறார்.

காமராஜரைப் புகழ்வதால் யாருக்கு நஷ்டம்? நான் ஒரு கலைஞன். தி.மு.க. பொதுக்குழு உறுப்பினர், அண்ணா வழியில் நடப்பவன். அவர் கொள்கை எனது உயிர். அப்படிப்பட்ட நான் காமராஜரையும் அய்யாவையும் (பெரியார்) பாராட்டாமல் வேறு யாரைப் பாராட்ட முடியும்?

இதே மேடையில் தான் பெரியாரைப் பாராட்டிப் பேசினேன். நமது தலைவர் காமராஜரைப் பாராட்டிப் பேசுகிறேன். நமது தலைவர் என்று நான் சொல்வது மக்கள் ஏற்ற தலைவர் அவர். அதனால் நமது தலைவர் என்று சொல்கிறேன்.

காமராஜர் இரவு பகல் பாராமல் பாடுபடுகிறார். அவரை ஏன் பாராட்டக் கூடாது? என் கொள்கையைக் கடைப்பிடிப்பதிலும் ஏன் இந்த இலக்கணத்தை பின்பற்றக் கூடாது? எங்கெங்கு நல்லது இருந்தாலும் அதனை சீர்தூக்கிப் பார்க்க வேண்டும்.

ஏழைகளுக்கும் பின்தங்கிய மக்களுக்கும் உயர்ந்த நிலையை உருவாக்கித் தந்தவர் காமராஜர் ஏழைகளை வாழ வைக்க வேண்டும் என்று காமராஜர் சொல்கிறார். நானும் அதைத்தான் சொல்கிறேன். என் கட்சியும் அதைத்தான் சொல்கிறது. அதனால் அவருக்கு மாலையிடுகிறேன்.

பண்புள்ளவன் பகுத்தறிவுள்ளவன் அண்ணா வழியில் நடப்பவன் மாலை இடுகிறான். காமராஜர் நேரில் இருந்திருந்தால் மாலைகளைக் குவித்திருப்பேன். ஏழைகளின் நல்வாழ்வுக்காக காமராஜர் தன்னையே தியாகம் செய்து கொண்டவர்.

அவருடைய லட்சியத்தில் யாருக்கும் கருத்து வேறுபாடு இருக்க முடியாது. அவர் மேற்கொண்டுள்ள லட்சியம் தான் நம்முடைய வழி.

நான் நாடோடி மன்னன் படத்தில் சொன்ன கருத்துக்கள் போட்ட சட்டங்கள் அனைத்தையும் காமராஜர் அமல்படுத்தி வருகிறார். எல்லோருக்கும் இலவச கல்வி என்றேன். அது நடந்து வருகிறது.

உயர்ந்த குடும்பத்தைச் சேர்ந்தவர்களுக்குத் தான் எல்லா வசதியும் என்று இருந்த நிலைமையை மாற்றி தாழ்ந்த வகுப்பினரும் எல்லாவற்றிலும் எங்கும் முதலிடம் என்று அமைத்தவர் காமராஜர்.

இங்கு காமராஜரை சந்தனக் கட்டைக்கு ஒப்பிட்டுப் பேசினார்கள். நான் இதை ஏற்க விரும்பவில்லை. ஏனென்றால் சந்தனக் கட்டையை அரைக்க அரைக்க மணம் வீசுவது உண்மை. ஆனால் அது தேய்ந்து மறைந்து விடுகிறது.

ஆகவே சந்தனக் கட்டைக்கு ஒப்பிட்டுப் பேசுவது முறையல்ல சரியல்ல. என்னைப் பொறுத்தவரை காமராஜரை நான் உதய சூரியனுக்கு ஒப்பிடுகிறேன். சூரியன் கிழக்கிலிருந்து உதித்து மேற்கில் மறைவதுபோல் தோன்றுகிறது. உண்மையில் அது மறைய வில்லை. இருந்த இடத்தில்தான் இருக்கிறது. அதுபோல காமராஜரின் புகழ், தொண்டு உதய சூரியனைப் போல பிரகாசித்துக் கொண்டு இருக்கிறது.

நான் இதுவரை எந்தத் தியாகமும் செய்யவில்லை. அப்படிப்பட்ட சந்தர்ப்பமும் ஏற்படவில்லை. ஆனால் தியாகிகளின் கூட்டத்தில் கலந்து கொண்டு தியாகிகளைப் பாராட்டுவதை கேட்கும் போது எனக்கு பெருமையும் மகிழ்ச்சியும் ஏற்படுகிறது.

காமராஜர் அவர்கள் நூறு ஆண்டுகள் வாழ்ந்து நாட்டிற்கு சேவை செய்ய வேண்டும். மக்களின் கவலைகளைப் போக்கி நல்வாழ்வை கொடுக்க வேண்டும்.

கல்யாண வீடு போல நாம் இங்கே சிரித்துப் பேசிக் கொண்டு இருக்கிறோம். அதோடு நாம் சிந்திக்க வேண்டும். அதற்கு நாம் காமராஜரை வணங்கித்தான் ஆக வேண்டும். மக்களை ஒற்றுமைப் படுத்தும் காமராஜர் நீடுழி வாழ வேண்டும்.

ஜனநாயக சோசலிசம் என்று காமராஜர் சொல்கிறார். இது சரியா என்று சிலர் கேட்கிறார்கள்.

சர்வாதிகாரம் ஆட்சி வேறு. பரம்பரையாக நாட்டை ஆள்வது வேறு. ஜனநாயகத்தில் மக்கள் விருப்பத்துடன் அமல்படுத்துவது சோஷலிசம். பேதமற்ற சமுதாயம் காண்பதுதான் அதன் அடிப்படை.

இராஜாஜி இங்கே முதலமைச்சராக இருந்தபோது குலக்கல்வி திட்டத்தைக் கொண்டு வந்தார். அதனை தி.மு. கழகம் எதிர்த்தது. காமராஜர் முதல் அமைச்சராக வந்தவுடனேயே அது மாற்றப் பட்டது. காங்கிரசின் திட்டத்தை அதே காங்கிரஸ்காரர் மாற்றினார். எப்படி மாறியது? ஒரு மனிதன் நல்லவனாக இருந்தால் கட்சிக் கொள்கையும் மாறுகிறது. அதற்கு எடுத்துக்காட்டு காமராஜர்.

இப்படிப்பட்டவரை போற்றாமல் தி.மு.க. கழகத்தில் எனக்கு வேறு என்ன வேலை இருக்க முடியும்? தி.மு.க.வின் இலட்சியங்களை காமராஜர் நிறைவேற்ற விரும்புகிறார். அதற்கு காலதாமதம் ஆகலாம்.

காமராஜர் என் தலைவர், அண்ணா என் வழிகாட்டி. என்னைவிடச் சிறந்தவர்களை என் தலைவர்களாக ஏற்கிறேன்.

இங்கே பேசிய என்.வி. நடராஜன் காமராஜர் எதிர்க்கட்சித் தலைவராக இருக்க வேண்டும் என்று குறிப்பிட்டார். நல்ல ஒரு எதிர்க்கட்சி தேவைதான். காங்கிரசை தி.மு.கழகம் எதிர்க்கிறது. தி.மு.க.வை காங்கிரஸ் எதிர்க்கிறது. இரண்டும் எதிர்க்கட்சிகள்தான். அதில் எது உயர்ந்த கட்சி என்பதை எதிர்காலம் தான் முடிவு செய்ய வேண்டும். மக்கள் மனமாற்றத்திற்கேற்ப மாறும் ஆட்சி தான் தேவை.

ஒரு சமயம் காமராஜரை நேரில் சந்தித்து எங்கள் குறைகளை அவரிடம் நான் ஒரு மணி நேரம் விளக்கிப் பேசினேன். அப்போது

அவரது நல்ல எண்ணத்தைக் கண்டேன். எண்ணி எண்ணிப் பூரித்தேன்.

என்னை அவர் தன் பக்கம் இழுக்கவோ, அவமானப்படுத்தவோ இல்லை. மாநகராட்சித் தேர்தலின்போது அவர் 'வேட்டைக்காரன்' வருகிறான். ஏமாந்து விடாதீர்கள் என்று ஏதேதோ பேசினார். நானும் பதிலுக்கு ஏதேதோ பேசினேன்.

அது அரசியல். தனிப்பட்ட முறையில் அவர் நல்லவர். பெரிய முதலமைச்சர் பதவியையே தூக்கி எறிந்தவர். தொண்டராய், தோழனாய் இருந்து மக்கள் சேவை செய்ய முடியும் என்று கருதி பதவியைத் துறந்தார்.

சாதாரணக் கட்சித் தலைவர்கள் ஒவ்வொருவரும் இதைப் பின்பற்ற வேண்டும். எம்.ஜி.ஆர். சிகப்பு, நான் கருப்பு என்று முகவை ராஜமாணிக்கம் குறிப்பிட்டார்.

மனிதனுக்கு இந்த இரண்டு ரத்தமும் தேவை. ஏதாது ஒன்று அதிகமாகி விட்டால் வியாதிதான். கறுப்பு என்றால் களங்கம் அல்ல. இரண்டும் சேர்ந்தால்தான் ஜனநாயக சோசலிசம் மலரும்" என்று பேசினார் எம்.ஜி.ஆர்.

எம்.ஜி.ஆரின் இந்தப் பேச்சு தி.மு.க.வில் பெரும் சலசலப்பை ஏற்படுத்தியது. கட்சியின் முக்கியத் தலைவர் அந்தஸ்தில் இருப்பவர் எப்படி மாற்றுக் கட்சியின் தலைவரை இப்படி புகழலாம் என கட்சியில் கலகக்குரல் எழுந்தது. குறிப்பாக காமராஜரை தலைவர் எனக் குறிப்பிட்டது அண்ணாவை அவமதிக்கும் செயல் என்று பரபரப்பு கிளப்பினர் எம்.ஜி.ஆருக்கு எதிரான கோஷ்டியினர்.

இருப்பினும் எம்.ஜி.ஆர் தன் நிலைப்பாட்டில் உறுதியாக நின்றார். அண்ணாவிடம் தன் நிலைப்பாட்டை அவர் ஒரு சந்தர்ப்பத்தில் எடுத்துரைத்தார்.

எம்.ஜி.ஆரை நன்கு புரிந்தவரான அண்ணா மற்றவர்களின் பேச்சை பொருட்படுத்தவில்லை. ஆனால் இந்த சந்தர்ப்பத்திற்கு பிறகு பொதுவாக அண்ணா பற்றாளர்களுக்கும் எம்.ஜி.ஆருக்கும் இடையே ஒரு இடைவெளி ஏற்பட்டது உண்மை.

1967 தேர்தல் நிலவரம் வெளியாகிக் கொண்டிருந்தது. விருதுநகர் தொகுதியில் கல்லூரி மாணவரான பெ. சீனிவாசனிடம் காமராஜர் தோல்வியுற்ற தகவலைக் கேட்டு எம்.ஜி.ஆர் கண்ணீர் வடித்ததாகக் கூறுவார்கள்.

தி.மு.க. வெற்றியை மற்றவர்கள் கொண்டாடிக் கொண்டிருந்த போது அண்ணா நுங்கம்பாக்கம் வீட்டில் சோகமாக இருந்தார்.

'காமராஜர் தோற்றிருக்கக் கூடாது. எத்தனை அதிருப்தி இருந்திருந்தாலும் மக்கள் காமராஜரை தோற்கடித்திருக்கக் கூடாது' என திரும்பத் திரும்ப சொல்லிக் கொண்டிருந்தார் அண்ணா.

'சட்டமன்றத்தில் நாம் ஒரு வலுவான தலைவரின் அனுபவத்தை இழந்து விட்டோம்' என வேதனைப்பட்டார் அண்ணா. காமராஜரின் வெற்றியைப் பாதிக்கக் கூடாது என்பதற்காகவே அந்தத் தொகுதியில் முன் பின் அறிமுகமாயிராத ஒரு கல்லூரி மாணவனை நிறுத்தியிருந்தார் அண்ணா என்பார்கள். ஆனால் அதிருப்தி அலையில் காமராஜரும் தப்பவில்லை.

தி.மு.க அரியணைக்கு வந்த சில மாதங்கள் கடந்த நிலையில் தி.மு.க. ஆட்சி பற்றி அதுவரை காமராஜர் எந்த விமர்சனமும் வைக்காதது பற்றி சிலர் காமராஜரிடம் குறைப்பட்டுக் கொண்டனர்.

'அவங்க வந்தே 4 மாதங்கள் தான் ஆகிறது. கட்சி நிர்வாகம் வேற ஆட்சி நிர்வாகம் வேற' இப்போதுதான் புதுசா வந்திருக்காங்க. ஆட்சியின் நிர்வாக விசயங்களை தெரிந்து கொள்வதற்கே இன்னும் பல மாதங்கள் ஆகும். அதுக்குள்ள விமர்சிக்கறதுதான் ஜனநாயகமா? என குறைப்பட்டவரை கடிந்து கொண்டார் காமராஜர்.

அக்டோபர் 2 காமராஜர் மறைந்த அன்று சோகமே உருவாக அப்போதைய முதல்வர் கருணாநிதியும் அவர் அமைச்சரவை சகாக்களும் அவரது உடலை சூழ்ந்து அமர்ந்திருந்தனர்.

அப்போது காங்கிரஸ் கட்சியின் தலைவர்கள், தேனாம்பேட்டை காங்கிரஸ் அலுவலகத்திலேயே காமராஜர் உடலை பொது மக்கள் பார்வைக்கு வைத்து மற்ற சம்பிரதாயங்களையும் அங்கே நடத்த திட்டமிட்டனர்.

முதல்வர் கருணாநிதி காதுகளுக்கு இந்தத் தகவல் போனது. கொதித்து விட்டார் அவர். காமராஜர் ஒரு கட்சியின் தலைவர் மட்டுமல்ல. இந்த தேசத்தின் சொத்து. அவரது உடலை இராஜாஜி ஹாலில் வைத்து அரசு முறைப்படிதான் தகனம் செய்ய வேண்டும் என்றார்.

அப்போது குறுக்கிட்ட அதிகாரி ஒருவர், காமராஜர் அப்போது எந்த பொறுப்பிலும் இல்லாததை சுட்டிக்காட்டி, சில சட்ட சம்பிரதாயங்கள் தெரிவித்ததோடு, மத்திய அரசிடம் அனுமதி பெற வேண்டிய சட்ட விதியை எடுத்துச் சொன்னார்.

மீண்டும் கோபத்துடன் குறுக்கிட்ட கருணாநிதி, 'நான் சொல்வதைச் செய்யுங்கள். மேலும் காமராஜரின் உடலை கிண்டியில் உள்ள அரசுக்கு சொந்தமான ராஜாஜி நினைவகம் அருகில்தான் அடக்கம் செய்ய வேண்டும். காமராஜருக்கு இறுதி மரியாதை செய்வதற்கு நாம் யாரிடமும் போய் அனுமதி கேட்க வேண்டிய அவசியமில்லை' என கறாராகக் கூறிவிட்டார்.

காங்கிரஸ் என்ற பேரியக்கத்தின் தூணாக விளங்கிய கர்மவீரர் இப்படி மாற்றுக் கட்சியினராலும் போற்றக் கூடிய வகையில் உயரிய வாழ்க்கை வாழ்ந்த உத்தமர் என்றால் அது உண்மை தானே!

❒

4

ஆட்சியைப் பிடித்த காமராஜர்

1957 ஆம் ஆண்டு தேர்தல் நெருங்கியபோது சென்னை மாகாணத்தின் நிலப்பரப்பு பல வகைகளில் மாறியிருந்தது.

1953ல் ஆந்திரப் பிரதேசம் தனி மாநிலமாக உருவானபோது, சென்னை மாகாணத்தின் தெலுங்கு பேசும் மாவட்டங்கள் அதனுடன் சென்றன. பிறகு கன்னடம் பேசும் பகுதிகள் மைசூருடன் இணைந்தன.

1956ல் மாநில மறுசீரமைப்புச் சட்டம் அமலுக்கு வந்தபோது மலபார் கேரளாவுடன் இணைக்கப்பட்டது. கன்னியாகுமரி, செங்கோட்டை ஆகியவை தமிழ்நாட்டுடன் இணைக்கப்பட்டன.

இதனால் 375 இடங்களைக் கொண்டிருந்த சென்னை மாாண சட்டப் பேரவை உறுப்பினர்களின் எண்ணிக்கை 205 ஆக குறைந்தது. அதாவது மொத்தம் 167 சட்டப் பேரவைத் தொகுதிகள். இவற்றில் 38 தொகுதிகள் இரட்டை உறுப்பினர் தொகுதிகள். ஆகவே மொத்தமாக 205 தொகுதிகள்.

முதலாவது சட்டமன்றத் தேர்தல் முடிந்ததும் 1952ல் ராஜாஜி முதல்வராயிருந்தார். ஆனால் குலகல்வித் திட்டம் என்று எதிர்க்கட்சி

களால் விமர்சிக்கப்பட்ட அரைநாள் பள்ளி, அரைநாள் வேலைத் திட்டம் அவருக்கு பெரும் எதிர்ப்பை கொண்டு வந்து சேர்த் திருந்தது.

கட்சிக்கு வெளியில் மட்டுமில்லாமல், கட்சிக்குள்ளேயும் எதிர்ப்புகள் தீவிரமாகியிருந்தன.

இதனையடுத்து 1954ல் அவர் பதவியை விட்டு விலகிவிட கு.காமராஜர் முதலமைச்சராக பதவியேற்றார்.

தான் முதல்வராகப் பதவியேற்றவுடன் அரை நாள் கல்வித் திட்டத்தை நீக்கியதோடு சில இடங்களில் அமர்த்தப்பட்டிருந்த பள்ளிக் குழந்தைக்கான மதிய உணவுத் திட்டமும் அவருக்கு பெரும் செல்வாக்கை சேர்த்திருந்தன.

தவிர திராவிடர் கழகத் தலைவர் பெரியாரும் காமராஜரை ஆதரித்தார். அவரது நாளிதழ் வழியே பிரச்சாரமும் செய்தார்.

1949ல் கட்சியைத் துவங்கியிருந்த தி.மு.க 1952 ஆம் ஆண்டுத் தேர்தலில் போட்டியிடவில்லை. அதற்கு அடுத்து வரவிருந்த பொதுத் தேர்தலில் போட்டியிட கட்சியில் பலரும் விரும்பினர்.

இதையடுத்து 1956 ஆம் ஆண்டு மே மாதம் திருச்சியில் நடந்த தி.மு.க மாநாட்டில் தேர்தலில் போட்டியிடலாமா வேண்டாமா எனக் கேட்டு வாக்கெடுப்பு நடத்தியது அக்கட்சி. அந்த வாக்கெடுப் பில் அதிக உறுப்பினர்கள் போட்டியிடலாம் என வாக்களித்தனர். ஆகவே தேர்தல் களத்தில் குதிக்க முடிவெடுத்தது தி.மு.க.

காங்கிரஸ், தி.மு.க தவிர, ராஜாஜியின் ஆதரவைப் பெற்ற காங்கிரஸ் சீர்திருத்தக் கமிட்டி இந்திய கம்யூனிஸ்ட் கட்சி, பார்வர்டு பிளாக் பிரஜா சோஷலிஸ்ட் கட்சி, சோஷலிஸ்ட் கட்சி உள்ளிட்ட கட்சிகள் இந்தத் தேர்தலில் களத்தில் இருந்தன.

இதில் காங்கிரஸ் சீர்திருத்தக் கமிட்டி, கம்யூனிஸ்ட் கட்சி, பார்வர்டு பிளாக், ஆகிய கட்சிகள் தங்களுக்குள் ஒரு புரிதலை ஏற்படுத்திக் கொண்டு வேட்பாளர்களை நிறுத்தின. இந்தத் தேர்தலில் காங்கிரஸ் தனது சாதனைகளை முன் வைத்து வாக்குகளைக் கோரியது.

தி.மு.க.வின் திராவிட நாடு கோரிக்கையை காங்கிரஸ், கம்யூனிஸ்ட் ஆகிய இரு கட்சிகளும் கடுமையாக விமர்சித்தன.

காங்கிரஸ் இந்தத் தேர்தலில் வலுவாகக் காட்சியளிக்க, கடந்த தேர்தலில் எதிர்க்கட்சி நிலையில் இருந்த இந்திய கம்யூனிஸ்ட் கட்சி மிகவும் பலவீனமான நிலையில் இருந்தது.

இந்தத் தேர்தலில் காங்கிரஸ் 204 இடங்களில் போட்டியிட்டது. கம்யூனிஸ்ட் கட்சி 58 இடங்களில் வேட்பாளர்களை நிறுத்தியது. பிரஜா சோஷலிஸ்ட் கட்சி 23 இடங்களில் போட்டியிட்டது. தி.மு.க.வின் சார்பில் 124 பேர் போட்டியிட்டனர்.

1957 மார்ச் மாதத்தில் மக்களவைத் தேர்தலோடு சேர்த்து சென்னை மாகாண சட்டப் பேரவைக்கும் வாக்குப் பதிவு நடைபெற்றது.

தேர்தல் முடிவுகள் வெளிவந்த போது ஆசுவாசமும் ஆச்சர்யமும் காத்திருந்தன.

கடந்த தேர்தலில் பெரும்பான்மையைப் பெறாத காங்கிரஸ் கட்சி இந்தத் தேர்தலில் 151 இடங்களில் வெற்றி பெற்று அறுதிப் பெரும்பான்மை பெற்றிருந்தது. கடந்த தேர்தலில் 62 வெற்றி பெற்றிருந்தது இந்திய கம்யூனிஸ்ட் கட்சி.

ஆனால் அக்கட்சிக்கு ஆதரவாக இருந்த பகுதிகள் ஆந்திராவோடு பிரிந்து சென்று விட இந்த முறை வெறும் 4 இடங்களிலேயே அது வெற்றி பெற்றிருந்தது.

காங்கிரஸ் சீர்திருத்தக்கமிட்டி, பிரஜா சோஷலிஸ்ட் கட்சி, பார்வார்டு பிளாக், சோஷலிஸ்ட் கட்சி ஆகியவை இணைந்து 15க்கும் மேற்பட்ட இடங்களைப் பிடித்திருந்தன.

போட்டியிட்ட முதல் தேர்தலிலேயே தி.மு.க.வின் சார்பில் 15 உறுப்பினர்கள் வெற்றி பெற்றிருந்தனர்.

சி.என். அண்ணாதுரை, மு.கருணாநிதி, அன்பழகன் உள்ளிட்ட முக்கியத் தலைவர்கள் வெற்றிப் பட்டியலில் இருந்தனர்.

எல்லா வேட்பாளர்களுக்கும் பொதுவான சின்னம் கிடைக்காத

நிலையிலும் கிடைத்த இந்த வெற்றி, அரசியல் களத்தில் பெரும் ஆச்சரியத்தை ஏற்படுத்தியிருந்தது.

முதலமைச்சரான காமராஜர் சாத்தூர் தொகுதியிலிருந்து வெற்றி பெற்றிருந்தார். தி.மு.க பொதுச் செயலாளர் சி.என். அண்ணாதுரை காஞ்சிபுரத்திலிருந்து வெற்றி பெற்றிருந்தார்.

கம்யூனிஸ்ட் கட்சியைச் சேர்ந்த எம்.கல்யாணசுந்தரம் திருச்சி - 11 தொகுதியிலிருந்து, எம். பக்தவச்சலம் திருப்பெரும் புதூரிலிருந்தும், சாத்தான்குளத்திலிருந்து சி.பா.ஆதித்தனாரும், மேலூரிலிருந்து பி.கக்கனும், முதுகுளத்தூரிலிருந்து பசும்பொன் முத்துராமலிங்கத் தேவரும் வெற்றி பெற்றிருந்தனர்.

வெற்றிக்குப் பின் காமராஜர் அமைத்த அமைச்சரவையில் அவரைத் தவிர ஏழு பேர் மட்டுமே இடம் பெற்றிருந்தனர். எம். பக்தவச்சலம் உள்துறைக்கும் சி.சுப்ரமணியம் நிதித்துறைக்கும் பொறுப்பேற்றனர். கக்கன் பொதுப்பணித்துறை அமைச்சராகப் பதவியேற்றார்.

❏

5
காமராஜரின் அரசியல் குழு

சிறந்த பேச்சாளரும் நாடாளுமன்றவாதியுமான சத்திய மூர்த்தியின்பால் ஈர்க்கப்பட்ட காமராஜர் அவரையே தனது அரசியல் குருவாக ஏற்றுக் கொண்டிருந்தார்.

1936ல் சத்தியமூர்த்தி பிரதேச காங்கிரசின் தலைவரானபோது காமராஜரையே செயலாளராக ஆக்கினார். இருவரின் முயற்சியில், காங்கிரஸ் ஆட்சி நல்ல வளர்ச்சி கண்டு தேர்தல்களில் பெரு வெற்றி பெற்றது.

இந்தியா சுதந்திரம் அடைந்த செய்தி கேட்டு காமராஜர் முதலில் சத்தியமூர்த்தியின் வீட்டுக்குச் சென்று அங்குதான் தேசியக் கொடியை ஏற்றினார்.

1953க்குப் பிறகு சக்கரவர்த்தி ராஜகோபாலாச்சாரியார் கொண்டு வந்த குலக்கல்வித் திட்டத்தால் அதிக அளவில் எதிர்ப்புகள் கிளம்பி இருந்த நேரம்.

காமராஜர் ஆட்சித் தலைமைப் பொறுப்புக்கு தரத் தயங்கியதற்கு அவருக்கிருந்த மொழிவளம் குறித்த தாழ்வுணர்ச்சி ஒரு முக்கிய காரணம்.

குலக்கல்வித் திட்டத்தால் ராஜாஜியின் செல்வாக்கு வேகமாக சரிந்து கொண்டிருக்க, மொழிவாரி மாநிலங்கள் அமைப்பின் காரணமாக தமிழ்நாடும் சுருங்கிப் போக, காங்கிரசின் உள்ளேயே ராஜாஜிக்கு பெரும் எதிர்ப்பு கிளம்பி விட்டது.

நிலைமை அறிந்த கட்சி மேலிடம் தமிழக அளவில் தீர்மானித்துக் கொள்ள அனுமதி வழங்கி விட்டது.

ராஜாஜி தான் அவமானப்படுவதைத் தவிர்க்க, 'எனக்கு எதிராக கட்சியில் யாரும் தீர்மானம் கொண்டு வர வேண்டாம். நானே விலகிக் கொள்கிறேன்' என்று அறிவித்து விட்டார்.

அதே சமயம் ராஜாஜியின் இடத்திற்கு வர பின்னணியில் அவரது ஆதரவாளரான சி.சுப்பிரமணியத்தை முன்னிறுத்த வேலை செய்தார். அவருடைய இன்னொரு முக்கிய ஆதரவாளரான எம்.பக்தவச்சலம் அதனை முன்மொழிந்தார்.

ஆனால் கட்சி சட்டமன்ற உறுப்பினர்களின் கூட்டத்தில் காமராஜர் பெருவாரியான வாக்குகள் முன்னணியில் வெற்றி பெற்றார். இதுதான் காமராஜர் தமிழக முதல்வராக 1953 தமிழ்ப் புத்தாண்டு அன்று பதவியேற்றதன் பின்னணி.

காமராஜரின் அன்றைய அமைச்சரவையில் மிகக் குறைந்த அளவில் எட்டு பேர்கள் மட்டுமே அமைச்சர்களாக இருந்தனர்.

தன்னை எதிர்த்துப் போட்டியிட்ட சி.சுப்பிரமணியம் அவரை முன்மொழிந்த எம். பக்தவச்சலம் இருவரையுமே அமைச்சரவையில் சேர்த்திருந்தார்.

அவருடைய அமைச்சரவையில் இடம் பெற்றிருந்த இன்னும் முக்கிய இருவர் ராமசாமி படையாச்சி, மாணிக்கவேலு நாயக்கர் ஆகியோர். இவர்கள் இருவரும் காங்கிரசை எதிர்த்துப் போட்டி யிட்டு தி.மு.க ஆதரவோடு வென்றவர்கள்.

1952 தேர்தலில் தி.மு.க போட்டியிடவில்லை என்றாலும் அது சில வேட்பாளர்களை வெளிப்படையாக ஆதரித்தது.

தி.மு.க.வின் திராவிட நாடு கொள்கையை ஆதரிக்கிறேன். சட்ட மன்றத்தில் தி.மு.க.வின் கொள்கைகளை எதிரொலிப்பேன். தி.மு.க வெளியிடும் திட்டங்களுக்கு ஆதரவு பெருக்கும் வகையில் சட்ட மன்றத்தில் பணியாற்றுவேன் என்கிற நிபந்தனைகளுக்கு எழுத்து பூர்வமாக கையெழுத்திட்டு தருபவர்களுக்கு ஆதரவு அளித்தது தி.மு.க

அப்படிக் கையெழுத்து போட்டுக் கொடுத்துக் காங்கிரசை எதிர்த்து வெற்றி பெற்று அமைச்சர் ஆனவர்கள் இவர்கள் இருவரும்.

காமராஜர் ஆட்சிப் பொறுப்பேற்றதும் இராஜாஜி கொண்டு வந்திருந்த குலக்கல்வித் திட்டத்தினைக் கைவிட்டார்.

அவரது ஆட்சிக் காலத்தில் தமிழகத்தில் பள்ளிகளின் எண்ணிக்கை 27000 ஆனது. 1920ல் நீதிக்கட்சி அரசு ஆதரவுடன் சென்னை மாநகராட்சியின் பள்ளியில் மதிய உணவுத் திட்டம் கொண்டு வரப்பட்டது.

முதலில் ஆயிரம் விளக்குப் பகுதியில் இருந்த ஒரு மாநகராட்சிப் பள்ளியில் காலை உணவுத் திட்டமாக அறிமுகப்படுத்தப்பட்டது. பின் நான்கு பள்ளிகளுக்கு விரிவுபடுத்தப்பட்டது.

இத்திட்டம் 1960களில் காமராஜரால் அறிமுகப்படுத்தப்பட்டு எம்.ஜி.இராமச்சந்திரனால் 1980களில் விரிவுபடுத்தப்பட்ட சத்துணவுத் திட்டத்தின் முன்னோடியாகும்.

அவரது மதிய உணவுத்திட்டம் இன்று உலக அளவில் பாராட்டப் படும் திட்டமாகும். அதன் பலனாகப் பள்ளிகளில் படிப்போரின் எண்ணிக்கை 37 விழுக்காடாக உயர்ந்தது. பள்ளிகளில் வேலை நாட்கள் 180ல் இருந்து 200 ஆக உயர்த்தப்பட்டது. சென்னை இந்தியத் தொழில்நுட்ப நிறுவனம் தொடங்கப்பட்டது.

காமராஜர் முதலமைச்சராகப் பதவி வகித்த காலங்களில் நாட்டு முன்னேற்றம், நாட்டு மக்களின் வாழ்க்கை முன்னேற்றம், கல்வி, தொழில் வளத்துக்கு முன்னுரிமை அளித்து பல திட்டங்களை நிறைவேற்றினார்.

அவரது ஆட்சியின் கீழ் 10 முக்கிய நீர்பாசனத் திட்டங்கள் நிறைவேற்றப்பட்டன.

அவை பவானித் திட்டம், மேட்டூர் கால்வாய்த் திட்டம், காவேரி டெல்டா வடிகால் அபிவிருத்தித் திட்டம், மணிமுத்தாறு, அமராவதி, வைகை பரம்பிக்குளம், ஆழியாறு பாசன திட்டம், சாத்தனூர், கிருஷ்ணகிரி, ஆரணியாறு ஆகியவைகளாகும்.

கன்னியாகுமரி மாவட்டத்தில் மலை கிராமங்களுக்கு குடிநீர் பிரச்சனையை தீர்ப்பதற்காக காமராஜரால் கட்டப்பட்ட மாத்தூர் தொட்டிப் பாலம் ஆசியாவின் மிகப்பெரிய தொட்டிப் பாலமாக உள்ளது.

❑

6
காமராஜரிடம் மாறாப்பற்று கொண்ட ஜவஹர்லால் நேரு

முன்னாள் தமிழக முதலமைச்சர் காமராஜரும், பிரதமர் நேருவும் சிறந்த நண்பர்கள் என்றுதான் சொல்ல வேண்டும். ஒருவருக்கொருவர் நன்றாக புரிதல் கொண்டவர்கள் என்பதற்கு பல நிகழ்ச்சிகளை உதாரணமாகச் சொல்லலாம்.

காமராஜரும், நேருவும் பொது கூட்டம் ஒன்றில் பங்கேற்க மதுரையைத் தாண்டி சென்று கொண்டிருந்தனர். இருவரும் உரையாடிக் கொண்டே சென்ற பொழுது நேரு, "மிஸ்டர் காமராஜ் உங்கள் சொந்த ஊர் இந்தப் பக்கம் தானே என்று சொன்னீர்கள் அப்படியே உங்கள் வீட்டுக்குப் போய் உங்கள் தாயாரைப் பார்த்து நலம் விசாரித்துவிட்டுச் செல்லலாம் அல்லவா?" என்று கேட்டார்.

"அதெல்லாம் வேண்டாம் இப்போதே கூட்டத்திற்கு நேரமாகி விட்டது" என்று கூறி காமராஜர் மறுத்தார். ஆனால் நேரு விடுவதாக இல்லை. "இவ்வளவு தூரம் வந்துவிட்டு உங்கள் தாயாரைப் பார்க்காமல் சென்றால் நன்றாக இருக்காது. நான் அவர்களைப் பார்த்தே ஆக வேண்டும் என்னை அழைத்துச் செல்லுங்கள்" என்று அன்பு கட்டளையிட்டார் நேரு.

பிறகு காமராஜர் ஓட்டுநரிடம் காரை நிறுத்தச் சொல்லி வீடுகளே இல்லாத விவசாய நிலங்களில் பெண்கள் வேலை பார்த்துக் கொண்டிருந்த இடத்தில் இறங்கினார்.

நேருவும் பின்னாலேயே இறங்கினார். காமராஜர் இறங்கியவுடன் களை பறிக்கும் பெண்கள் கூட்டத்திலிருக்கும் வயதான பெண்மணி ஒருவரை பார்த்து 'ஆத்தா நான்தான் உன் மகன் காமராசு வந்திருக்கேன். உன்னை பார்க்க நேரும் வந்திருக்காரு' என்று கூறினார்.

புழுதியுடன் உழைத்து வியர்த்த முகத்துடன் வந்து தன் மகனை 'காமராசு வந்திட்டியாப்பா நல்லாருக்கியா?' என்று கேட்டுக் கொண்டே மகனை கண்ட மகிழ்ச்சியில் உள்ளம் நெகிழ அருகில் வந்தார் காமராஜரின் தாயார்.

காமராஜர் நேருவை அறிமுகப்படுத்தினார். பின்பு தாயும் மகனும் அளவளாவிய காட்சியைப் பார்த்த நேரு காமராஜரின் தாயாரிடம் ஆசி பெற்றார். நேருவால் தன் முன்னால் நடந்து கொண்டிருப்பதை பார்த்து இப்படி ஒரு எளிமையான தலைவரா என்று பரவசப்பட்டு நின்று விட்டார்.

காமராஜர் ஆட்சி காலம் தமிழகத்தில் பொற்காலம் என்றால் அதை யாராலும் மறுக்க முடியாது. அப்படி ஆட்சியிலிருக்கும்போது உலக கண்காட்சி நடந்த சமயம் அதன் துவக்க விழாவிற்கு அன்றைய பிரதமர் நேருவுடன் காமராஜரும் சென்றிருந்தார்.

தற்பொழுது பேருந்து நிலையங்களிலும், ரயில் நிலையங்களிலும் வெகு சாதரணமாகக் காணப்படுகிற எடை பார்க்கும் எந்திரம் அந்தக் கண்காட்சியில் அறிமுகமாகியிருந்தது. நேரு எந்திரத்தில் ஏறி நின்று காசு போட்டு எடை பார்த்தார். மத்திய அமைச்சர்கள் அனைவரும் அவ்வாறே செய்தனர்.

காமராஜர் மட்டும் சற்றே ஒதுங்கி நின்றார். நேரு அவரையும் எடை பார்க்கும்படி வற்புறுத்தினார். ஆனால் காமராஜர் மறுத்துவிட்டார். உடனிருந்தவர்கள் திகைத்தனர் பிரதமர் சொல்லியும் மறுக்கிறாரே என்று.

ஆனால் நேரு அவர் ஏன் மறுக்கிறார் என்று எனக்கு தெரியும். இந்த எந்திரத்தில் ஏறி நின்று போடும் காசுகூட இவரிடம் இருக்காது என்று கூறி பிறகு காமராஜருக்கு தானே காசு போட்டு எடை பார்த்தார் நேரு.

இத்தகைய நட்பினை கொண்டிருந்தவர்கள் காமராஜரும், நேரும். மற்றொரு முறை தமிழகத்தில் நீண்ட காலமாக அமலில் இருந்த பின்தங்கிய சமுதாயத்தினருக்கான இடஒதுக்கீட்டை உறுதி செய்யும் 'கம்யூனல் ஜி' செல்லாது என சென்னை உயர்நீதிமன்றமும், உச்ச நீதிமன்றமும் வழங்கிய தீர்ப்பு கடும் கொந்தளிப்பை உருவாக்கியது.

இந்நிலைமையை நன்கு உணர்ந்த காமராஜர், பிரதமர் நேருவிடம் அரசியலமைப்புச் சட்டத்தில் முதல் திருத்தம் கொண்டுவரக் காரணமாக இருந்து பின்தங்கிய சமுதாய மாணவர்கள் கல்வி, வேலை வாய்ப்புகளில் இட ஒதுக்கீட்டு உரிமையைப் பெற்றுத் தந்தார்.

இதன் காரணமாக 'திருத்தத்தின் மூலவர் காமராஜர்' என்றும் அழைக்கப்பட்டார். 24.05.64 அன்று நேரு இறந்தபோது காமராஜர் தமிழகத்தில் இருந்தார். தனி விமானத்தில் காமராஜருடன் சேர்ந்து இன்னும் சிலரும் டில்லிக்கு சென்றனர்.

நேரு இறந்தபோது முடிவெடுக்கும் திறனும் தகுதியும் உள்ளவர் எவரும் அருகில் இல்லை. மொரார்ஜிதேசாயும், உடன் இருந்தவர் களும் அரசியல் பேசுவதையே குறிக்கோளாகக் கொண்டிருந்தனர். காமராஜர் டெல்லி வந்தவுடனே இவற்றை கேட்டார்.

பிறகு நேரிலும் கண்டார். அதுமுதல் அவர் வாயில் வெளிப்பட்ட சொற்கள் ஒற்றுமை, கண்ணியம் என்பவைதான். பல தரப்பினரி டமும் பேசிய அவர் தேசாயிடம் மட்டும் பேசவில்லை. தேசாய் விரும்பிகள்தாம் துக்க வீட்டைத் தேர்தல் அலுவலகமாக ஆக்கியதில் முன்னணி வகித்தவர்கள் என்பதால் காமராஜர் பேசவில்லை.

இப்படி உள்ளவர்களிடம் பேசினால் பொதுவான விஷயமாக இருந்தாலும் தேர்தல் பேச்சு என்ற எண்ணம் ஏற்பட்டுவிடும் என்பது தான் காரணமாக இருந்திருக்கக்கூடும்.

நேரு மறைந்த பொழுது காமராஜர் எது நடந்தாலும் சமாளித்துக் கொள்ளும் வீர நெஞ்சுடனே காணப்பட்டார்.

என்ன ஆனாலும் சரி இறுதிச் சடங்கு முடியும் முன்னே அடுத்த பிரதமர் பதவி பற்றி பேசுவதுகூட முறையில்லை என்று கூறி அவரிடம் வந்தவர்களை திருப்பி அனுப்பி வைத்தார். தலைமைக் குரிய அவரது அஞ்சாமையின் இலக்கணமே இந்த காட்சிதான்.

நேரு இறந்த போது இப்படி அடுத்த பிரதமர் தேர்வை எண்ணி இருந்தவர்களை பார்த்து அரசியல் நாகரிகம் அற்ற இச்செயல்களை முற்றிலும் வெறுத்தார். இப்படி இருப்பவர்கள் மத்தியில் இவர்களைப் போன்ற தலைவர்கள் இந்தியாவில் வாழ்ந்துள்ளனர் என்பதே வியப்பாகத்தான் உள்ளது.

இன்றைய அரசியலிலும் இப்படிப்பட்ட தலைவர்கள் வருவது என்பது கற்பனைக்குகூட எட்டாத நிகழ்வாகவே உள்ளது. இன்றைய தலைவர்களும் தங்களை நல்ல தலைவர்களாக உருவாக்கிக் கொண்டால் நாளைய தமிழகமும் சிறப்பான இடத்தை அடைய முடியும்.

●

ஒரு சமயம் காமராஜரும் நேருவும் தென்மாவட்டத்தில் நடந்த ஒரு விழாவில் கலந்து கொள்ள காரில் விருதுநகர் வழியாக சென்று கொண்டு இருந்தனர்.

அப்போது ஒரு மூதாட்டி விருதுநகரில் ரோட்டின் ஓரமாக பொது மக்களோடு நின்று அவர்கள் செல்வதை கவனித்துக் கொண்டிருந் தார்.

அப்போது நேரு தன் அருகே இருந்த காமராஜரிடம் அங்கே ரோட்டின் ஓரமாக நிற்கும் பெண்ணை பற்றி தெரியுமா? என்று கேட்டார். உடனே காமராஜர் 'அது என் தாய் தான்' என்று கூறினார்.

உடனே நேரு காரை நிறுத்தச் சொல்லி வண்டியை ரிவர்சில் எடுக்கச் சொன்னார். கார் அந்த மூதாட்டி அருகே வந்ததும் காரில் இருந்து

இறங்கி காமராஜரின் தாயாரின் (சிவகாமி அம்மாள்) கையை பிடித்து 'அந்த அற்புத மனிதரை பெற்ற தாயார் நீங்கள் தானா?' என்று பாசத்துடன் கேட்டார்.

இதை அங்கு கூடி இருந்தவர்கள் கண்டு பரவசம் அடைந்து ஆனந்த கண்ணீர் வடித்தனர்.

◻

7
காங்கிரஸை வீழ்த்தி ஆட்சியைக் கைப்பற்றிய தி.மு.க.

இந்திய சுதந்திரத்திற்குப் பின்னர் காங்கிரஸ் எனும் பிரம்மாண்டக் கட்டமைப்பை 15 ஆண்டுகளில் தி.மு.க முறியடித்த பின்னணி, அரசியல் சூழல், கையிலெடுத்த பிரச்சனைகள், அண்ணாவே தோற்ற வரலாறு ஆகியவற்றை உள்ளடக்கிய மூன்று சட்டப் பேரவை தேர்தல் குறித்த வரலாறு மிகவும் சுவாரஸ்ய மிக்கவையாகும்.

1952ல் முதல் சட்டப் பேரவைத் தேர்தல். திராவிட நாடு என்று சொல்லும் நான்கு மாநில மொழி பேசும் மக்களும் வாக்களித்த முதல் தேர்தலாக இது அமைந்தது.

இந்தத் தேர்தலில் பலமான இந்திய தேசிய காங்கிரஸும், ஆந்திரா, தமிழக, கேரளப்பகுதிகளில் பலம் வாய்ந்த கம்யூனிஸ்ட்டுகளும் கேரளப் பகுதிகளில் பலம் வாய்ந்த முஸ்லீம் லீக் கட்சியும் முக்கிய கட்சிகளாக களத்தில் நின்றன.

1949ல் தொடங்கப்பட்டு மூன்றே வயதான தி.மு.க இத்தேர்தலில் போட்டியிடவில்லை. இந்த தேர்தலில் மொத்தமுள்ள 375 தொகுதி களில் காங்கிரஸ் கட்சி 152 இடத்திலும் இந்திய கம்யூனிஸ்ட் கட்சி

62 இடங்களிலும் மற்ற சிறு சிறு கட்சிகள் மொத்தமாக 161 இடங்களிலும் வென்றன. இராஜாஜி முதல்வர் ஆனார். கோஷ்டி பூசலால் 1954ல் காமராஜர் முதல்வரானார்.

ஒன்றுபட்ட மாகாணத்தில் தேர்தல் நடந்ததும் ஒன்றுபட்ட இந்திய கம்யூனிஸ்ட் கட்சி எதிர்க்கட்சியாக இருந்ததும் இத்தேர்தலின் சிறப்பு.

அடுத்த 2வது தேர்தல் வருமுன் சென்னை மாகாணத்தில் பல மாற்றங்கள் நிகழ்ந்தன. மொழிவாரி மாகாணங்கள் பிரிக்கப்படும் பணி 1953 லிருந்து ஆரம்பித்து 1956 ஆம் ஆண்டு நவம்பர் முதல் நாளிலிருந்து மாநிலங்கள் சீரமைப்புச் சட்டம் நடைமுறைக்கு வந்தது.

ஆந்திரா, மைசூர், கேரளாவிற்கான பகுதிகள் அம்மாநிலத்துடன் இணைக்கப்பட்ட பின் சென்னை மாநில சட்டப் பேரவை உறுப்பினர்களின் எண்ணிக்கை 19 ஆகக் குறைந்தது.

பின்னர் கன்னியாகுமரி மாவட்டம், நெல்லையில் செங்கோட்டை வட்டமும் சென்னை மாநிலத்துடன் இணைந்ததால் எண்ணிக்கை 205 ஆக உயர்ந்தது.

இந்த முறை 1957 ஆம் ஆண்டு இரண்டாவது சட்டப் பேரவை தேர்தல் நெருங்கியது. இம்முறை தி.மு.க தேர்தலில் போட்டியிடலாமா என 1956 ஆம் ஆண்டு மாநாட்டில் பொது மக்கள் கருத்தைக் கேட்டார் அண்ணா.

அதன் அடிப்படையில் தேர்தலில் தி. மு.க போட்டியிடலாம் என முடிவெடுத்தார் இம்முறை மும்முனைப் போட்டி.

காமராஜர் ஆட்சியில் இரண்டாவது முறை தேர்தலைச் சந்தித்தது காங்கிரஸ். பெரியாரின் ஆதரவு வேறு.

இந்தத் தேர்தலில் வலுவான இந்தியக் கம்யூனிஸ்ட் கட்சியின் மார்க்சிய சித்தாந்தம் தி.மு.க.வின் தமிழ் தேசிய வாதம், வடக்கு வாழ்கிறது தெற்கு தேய்கிறது என்கிற வாதத்தின் முன் தி.மு.கவே பிரதான எதிர்க்கட்சியாக காங்கிரஸ் முன் நின்றது.

அண்ணா காஞ்சியிலும், தன்னுடைய 33 வது வயதில் தி.மு.க. தலைவர் கருணாநிதி குளித்தலை தொகுதியிலும் முதன் முதலில் போட்டியிட்டதும் இந்தத் தேர்தலில் தான்.

திருக்கோஷ்டியூரில் கவிஞர் கண்ணதாசன் சேலத்தில் நாவலர் நெடுஞ்செழியன், தேனியில் நடிகர் எஸ்.எஸ்.ஆர், எழும்பூரில் க.அன்பழகன், அன்பில் தர்மலிங்கம் ஆகியோரும் போட்டி யிட்டனர்.

தேர்தல் முடிவில் காங்கிரஸ் பெருவெற்றி பெற்றது. காமராஜர் மீண்டும் முதல்வர் ஆனார். முதன் முதலில் தேர்தலில் 112 இடங் களில் போட்டியிட்ட தி.மு.க 15 இடங்களில் வெற்றி பெற்றது.

அண்ணா, கருணாநிதி, அன்பழகன், ஆசைத்தம்பி, சத்தியவாணி முத்து, ப.உ. சண்முகம் போன்றோர் வெற்றி பெற்றனர்.

என்.எஸ்.கிருஷ்ணன் போன்றோர் பிரச்சாரம் செய்தும் இந்தத் தேர்தலில் தி.மு.க.வின் முக்கியத் தலைவர்களான நாவலர் நெடுஞ் செழியன், கண்ணதாசன், அன்பில் தர்மலிங்கம், என். எஸ்.ஆர் ஆகியோர் உள்ளிட்ட நூற்றுக்கணக்கானோர் தோல்வி அடைந் தனர். புதிய கட்சியான தி.மு.க.வுக்கு பொதுச்சின்னம் கிடைக்காதது இதற்கான காரணமாக இருந்தது.

1957 ஆம் ஆண்டுக்கும் 1962 ஆம் ஆண்டுக்கும் இடையே தமிழக அரசியலில் எத்தனை மாற்றங்கள். திரையுலகின் முடிசூடாமன்னன் பின்னர் அ.தி.மு.கவை ஆரம்பித்த எம்.ஜி.ஆர், கருணாநிதியுடன் ஏற்பட்ட நட்பு வலுப்பெற தி.மு.க.வில் இணைந்தார்.

ஆனால் 1962 ஆம் ஆண்டு பொதுத் தேர்தலுக்கு இடையில் பெரியாரின் அண்ணன் மகன் தி.மு.க.வில் அண்ணாவுக்கு இணை யாக விளங்கிய ஈ.வி.கே சம்பத் 1961 ஏப்ரலில் வெளியேறினார். அவருடன் கண்ணதாசனும் வெளியேறினார்.

அவர்கள் தமிழ் தேசியக் கட்சியைத் தொடங்கினர். இந்தத் தேர்தலில் வலுவான காங்கிரசை எதிர்த்து தி.மு.க போட்டியிட்டது. இந்த காலகட்டத்தில் இலங்கை, தமிழர் பிரச்சனையை தி.மு.க கையிலெடுத்திருந்தது.

தமிழருக்கான தனிநாடு, திராவிட நாடு கோரிக்கைகளும், சென்னை மாநிலத்துக்கு தமிழ்நாடு எனப் பெயரிட வேண்டும் போன்ற மொழி சார்ந்த பிரச்சனைகளும் தி.மு.க.வால் கையி லெடுக்கப்பட்டன.

இந்திய கம்யூனிஸ்ட் கட்சியில் இந்தியா முழுவதும் பெரிய அளவில் உள்கட்சி போராட்டம் வெடித்திருந்த நேரம். இந்தியாவுக்கு ஏற்ற பாதை தேசிய ஜனநாயகப் புரட்சியா? மக்கள் ஜனநாயக புரட்சியா என்கிற போராட்டம் உட்கட்சி போராட்டமாக வலுவாக இருந்த நேரம்.

விவசாயிகளின் பிரச்சனை, தாழ்த்தப்பட்ட மக்களுக்கான உரிமைப் போராட்டம், நிலப்பரப்புத்துவ எதிர்ப்பு போர், நிலச் சீர்திருத்தம், போன்றவற்றை தி.மு.க.வும் கையிலெடுத்தால் கம்யூனிஸ்டுகள் இடத்தை தி.மு.க.வின் திராவிட கொள்கைகள் எளிதாகப் பின்னுக்கு தள்ளின.

இந்தக் காலகட்டத்தில் எம்.ஜி.ஆர்., கே.ஆர்.ராமசாமி போன்றோரின் திரையுலக கவர்ச்சியும் பேச்சாற்றால், எழுத்தாற்றல் மிக்க தலைவர் களும் மக்களை எளிதாக அணுகினர்.

இதன் காரணமாக காங்கிரஸின் பலமான கோட்டையில் தி.மு.க. பெரிய தாக்குதலைக் கொடுத்தது.

1957 தேர்தலுக்குப் பின் தி.மு.க பெரும் அளவில் வளர்ந்திருந்தது. இதற்கிடையே மூன்றாவது தேர்தலில் 15 என்கிற எண்ணிக்கையை 50 ஆக தி.மு.க உயர்த்தியது. காங்கிரஸ் 12 இடங்களை இழந்தது. ஆனாலும் ஆட்சியை தக்க வைத்துக் கொண்டது.

அண்ணாவை குறிவைத்து நடத்திய தேர்தலில் அவர் தோற்றுப் போனார். ஆனால் நெடுஞ்செழியன், எஸ்.எஸ்.ஆர் போன்றோர் வென்றனர்.

அண்ணா இடத்தில் சட்டப் பேரவைத் தலைவராக நெடுஞ்செழி யனும், துணைத் தலைவராக கருணாநிதியும் பொறுப்பேற்றனர். அண்ணா பின்னர் மாநிலங்களவை உறுப்பினர் ஆனார்.

இந்தத் தேர்தலில் எம்.ஜி.ஆரின் பிரச்சாரம் பெரும் துணையாக தி.மு.க.வுக்கு அமைந்தது. இம்முறை கருணாநிதி தஞ்சாவூரில் காங்கிரஸ் கட்சியின் வேட்பாளர் மிகப் பெரும் பஸ் முதலாளியை எதிர்த்துப் போட்டியிட்டார்.

வெல்லவே முடியாது என்று தமிழகமே எதிர்பார்த்த நிலையில் தனது நண்பர் கருணாநிதிக்காக அங்கேயே பலநாள் பிரச்சாரம் செய்த எம்.ஜி.ஆரின் பிரச்சாரமும் பெரும் வெற்றி பெற உதவியது.

1962 வெற்றிக்கும் 4வது பொதுத் தேர்தலான 1967 ஆம் ஆண்டுக்கு மிடையே எத்தனை மாற்றங்கள்.

1962ல் சீனப் போரில் இந்தியா தோல்வி, திராவிட நாடு கொள்கையை தி.மு.க கைவிட்ட சம்பவம், 1964ல் பிரதமர் நேருவின் திடீர் மரணம் அதனைத் தொடர்ந்து பிரதமரான லால் பகதூர் சாஸ்திரியின் மரணம், இந்திரா காந்தி பிரதமரானது எனப் பல சம்பவங்கள்.

1964 ஆம் ஆண்டு அகில இந்திய அளவில் இந்திய கம்யூனிஸ்ட் கட்சி இரண்டாக உடைந்தது. மார்க்சிஸ்ட் கம்யூனிஸ்ட் கட்சி உதய மானது.

இந்தக் காலகட்டத்தில் தான் தி.மு.க.வால் மொழிப் போர் கையிலெடுக்கப்பட்டது. இந்தித் திணிப்புக்கு எதிராக மொழிப் பிரச்சனையைத் தி.மு.க கையிலெடுத்தது.

மிகப் பெரிய அளவில் இளைஞர்கள் இக்காலகட்டத்தில் தி.மு.க.வின் பின்னால் வந்தனர்.

காமராஜர் முதல்வர் பதவியை விட்டு விலகி பக்தவச்சலத்தை முதல்வராக்கினார். மொழிப் பிரச்சனையுடன் உணவுப் பஞ்சம் உள்ளிட்டவை சேர, எலிக்கறி சாப்பிடச் சொன்னதாக காங்கிரஸுக்கு எதிரான தி.மு.க.வின் போராட்டம் வெடித்தது. அண்ணாவின் படி அரிசித் திட்டம் பெரிதாக எடுபட்டது.

இதற்குள் 1965 ஆம் ஆண்டின் தொகுதி சீரமைப்பு நடவடிக்கை களின் விளைவாக சென்னை சட்டப் பேரவையின் உறுப்பினர் எண்ணிக்கையும் 234 ஆக உயர்த்தப்பட்டது. இவற்றில் 44 இடங்கள் தனித்தொகுதியாக அறிவிக்கப்பட்டன.

1967 ஆம் ஆண்டு பிப்ரவரி மாதம் சென்னை மாநிலத்தின் நான்காவது சட்ட பேரவைத் தேர்தல் நடந்தது.

அந்த நேரத்தில் தி.மு.க.வின் பிரச்சார பீரங்கி எம்.ஜி.ஆர். சுடப் பட்டார். இதுவும் தி.மு.க.வுக்கு மிகப்பெரிய வாய்ப்பாக அமைந்தது.

1967 ஆம் ஆண்டு 4 வது பொதுத் தேர்தலில் தி.மு.க தலைமையில் ராஜாஜியின் சுதந்திரக் கட்சி மார்க்சிஸ்ட் கம்யூனிஸ்ட் கட்சி, முஸ்லீம் லீக் உள்ளிட்டவை இணைந்து போட்டியிட்டன.

காங்கிரஸ் கட்சி தனித்து போட்டியிட்டது. தி.மு.க கூட்டணி பெரிய அளவில் வெற்றி பெற்றது. 179 இடங்களில் வென்ற கூட்டணியில் தி.மு.க மட்டுமே 137 இடங்களில் வென்றது.

காங்கிரஸ் கட்சி 232 இடங்களில் போட்டியிட்டு 51 இடங்களை மட்டுமே பெற்று 88 இடங்களை இழந்தது.

அண்ணா முதல்வர் ஆனார். ஆனால் அந்தத் தேர்தலில் அண்ணா சட்டசபைக்கு போட்டியிடவில்லை. மக்களவைக்கு போட்டியிட்டு தென் சென்னை எம்.பி. ஆனார்.

அதற்குப் பிறகு எம்.பி. பதவியை ராஜினாமா செய்து சட்ட மேலவைக்குள் நுழைந்தன் மூலம் முதல்வர் ஆனார்.

8
இந்திராவைப் பிரதமராக்க காமராஜர் முடிவு

1966 ஜனவரி 11ஆம் தேதி செவ்வாய்க்கிழமை இடைக்காலப் பிரதமராகப் பொறுப்பேற்ற குல்சாரிலால் நந்தா, தான் பிரதமராக வரவிழைந்தார்; இந்திரா காந்தியைச் சந்தித்து முதன்முதலாக ஆதரவு கேட்டார். லால்பகதூர் சாஸ்திரி மரணமடைந்த 24 மணி நேரத் திற்குப் பிரதமர் பதவிக்கு அடுத்த போட்டியாளராக Y.B. சவான் தன்னை அறிவித்துக் கொண்டார். அடுத்த 24 மணி நேரத்திற்குள் மொரார்ஜி தேசாய், இந்திரா காந்தி, எஸ்.கே.பாட்டீல், சஞ்சீவ ரெட்டி, காமராஜர் ஆக ஐந்து பேரும் போட்டியிடப் போவதாகச் செய்தித்தாள்களில் முதல் பக்கச் செய்தியாக வெளியாயின. எனவே பிரதமர் பதவிக்கு மொத்தம் 7 பேர் போட்டியிடுவதாக இருந்தது.

காமராஜர் மிகத் திறன் வாய்ந்த, அனுபவம் மிக்க அரசியல் தலைவர். ஆனால் சர்வதேச அரங்கில் பிரதமருக்கு உள்ள பெரும் பொறுப்பை நன்கு உணர்ந்த காமராஜர் பிரதமர் பதவிக்குப் போட்டியிடவில்லை என்று அறிவித்து விட்டார். பதவியில் இருக்க வேண்டும், பாராட்டப்பட வேண்டும், பணம் சம்பாதிக்க வேண்டும் என்ற நோக்கங்களுக்கு அப்பாற்பட்டவர் காமராஜர். அகில

இந்தியக் காங்கிரஸ் தலைவர் காமராஜர், காரியக் கமிட்டிக் கூட்டத் திற்குப்பின் குடியரசுத் தலைவர் டாக்டர் எஸ்.இராதா கிருஷ்ணனைச் சந்தித்துப் பேசினார்; இரண்டு வாரங்களுக்குள் பிரதமரைத் தேர்வு செய்து பெயர் பட்டியலைத் தருவதாகக் கூறினார்; ஆனால் குடியரசுத் தலைவர் ஒரு வாரத்திற்குள் முடிக்கும்படி பணித்தார். அனைவருடைய பார்வையும் காமராஜரின் மீது பட்டது. இது தனக்கான நேரம் என்று இந்திரா காந்தி முடிவெடுத்தார்.

பிரதமர் பதவிக்கு வருபவர் மக்கள் அனைவரும் அறிந்தவராக இருத்தல் வேண்டும்; உலக அரங்கில் இந்தியாவின் செல்வாக்கை உயர்த்துபவராகத் திகழ வேண்டும்; நிர்வாகத் திறமை உடையவ ராக இருத்தல் வேண்டும்; தொலைநோக்கு உடையவராக விளங்க வேண்டும்; உலகத் தலைவர்களை நன்கு அறிந்தவராக இருத்தல் வேண்டும் என்று காமராஜர் நினைத்துப் பிரதமரைத் தேர்வு செய்வதில் தம்மை முழுமையாக ஈடுபடுத்திக் கொண்டார். உலகியலறிவையும் பொது நிர்வாக அறிவையும் பெற்ற இந்திரா காந்தியைப் பிரதமராக்கினால் சிறப்பாக இருக்கும் என்ற எண்ணத்தில் காமராஜர் செயல்படத் தொடங்கினார்.

இந்திரா காந்தி ஜனவரி 11 அன்று காலை 5.30 மணிக்கு அரசியல் செல்வாக்கிலிருந்த மத்தியப் பிரதேச முதலமைச்சர் D.P. மிஸ்ரா வுக்குத் தொலைபேசியில் தொடர்பு கொண்டு உடனே டெல்லிக்கு வருமாறு அழைத்தார். டெல்லிக்கு வந்த மிஸ்ரா 14 மாநில முதலமைச்சர்களில் 12 பேர் இந்திரா காந்திக்கு ஆதரவாக இருப்பதாகப் பத்திரிகைகளில் பேட்டி தந்தார். ஜனவரி 15ஆம் தேதி மாலை பெரும் திரளான காங்கிரஸ் தலைவர்களும் தொண்டர் களும் சப்தர்சங் சாலை இல்லத்தில் திரண்டு இந்திரா காந்திக்கு மகிழ்ச்சியையும் வாழ்த்துகளையும் தெரிவித்தனர். ஜனவரி 17ஆம் நாள் காலை 10 மணி முதல் 1 மணி வரை நீலம் சஞ்சீவ ரெட்டியிடம் காமராஜர் பேசி, அவரைப் பிரதமர் பதவிக்கான போட்டியிலிருந்து விலகச் சம்மதிக்கச் செய்தார். அன்று பிற்பகல் 3 மணி முதல் 5 மணி வரை ஜெகஜீவன்ராமைக் காமராஜர் சந்தித்துப் பேசி அவரையும் போட்டியிலிருந்து விலகிக் கொள்ளச் சம்மதம் பெற்றார். அன்று

இரவு 8 மணி முதல் 10 மணி வரை பிரதமர் பொறுப்பில் இருந்த குல்சாரி லால் நந்தாவைச் சந்தித்து அவரும் போட்டியிடாமல் இருக்கக் காமராஜர் இசைவு பெற்றார்.

ஜனவரி 18ஆம் நாளன்று காலை 9 மணிக்கு ஒய்.பி. சவானைச் சந்தித்துக் காமராஜர் பேசினார்; போட்டியிலிருந்து விலகச் சம்மதம் பெற்றார். எனவே எஞ்சியிருந்தவர்கள் மொரார்ஜி தேசாயும் இந்திரா காந்தியுமே. மொரார்ஜி தேசாய் மூத்த காங்கிரஸ் தலைவர்; நிர்வாகத் திறமை உடையவர்; ஆனால் பழமைவாதி. காங்கிரஸ் காரியக் கமிட்டியில் செல்வாக்குப் பெற்றிருந்தார். இந்திரா காந்தியின் அத்தை விஜயலட்சுமி பண்டிட் முதலில் மொரார்ஜிக்கு ஆதரவு தெரிவித்திருந்தார். எனவே பிரதமர் பதவிக்கு போட்டி யிடப் போவதாக மொரார்ஜி தேசாய் அறிவித்திருந்தார்.

ஜனவரி 18ஆம் நாள் மொரார்ஜி தேசாய் வீட்டிற்குக் காமராஜர் சென்று "பெரும்பாலான பாராளுமன்றக் காங்கிரஸ் உறுப்பினர்கள் இந்திராவைப் பிரதமராக்க விரும்புகின்றனர்; நானும் அதையே நாடுகிறேன். இந்திராவை ஒரு மனதாகத் தேர்வு செய்ய நீங்கள் உதவுங்கள்" என்று கேட்டுக் கொண்டார். அதற்கு மொரார்ஜி தேசாய் "நான் என்ன குற்றம் செய்தேன்; தாங்கள் பிரதமராக இருங்கள் அல்லது என்னை ஆதரியுங்கள்; இந்திரா காந்தி பிரதமர் பதவிக்குப் போட்டியிட்டால் நானும் நிற்பேன்; இரகசிய வாக்குப் பதிவு நடத்தினால் நான்தான் வெற்றி பெறுவேன்; போட்டியிலிருந்து விலக மாட்டேன்; நாளை ஓட்டுப் பெட்டி பேசும்" (Tomorrow ballot box show) என்று கோப உணர்வோடு பேசினார். அவரது உணர்வு பூர்வமான பேச்சைக் கேட்ட காமராஜர் மெல்லச் சிரித்தவாறு விடை பெற்று வீடு திரும்பினார். இதற்கிடையில் இந்திராவை ஆதரிப்பதாக விஜயலட்சுமி பண்டிட் அறிக்கை வெளியிட்டார்.

1966 ஜனவரி 19ஆம் நாள் புதன்கிழமை, காங்கிரஸ் பாராளுமன்ற உறுப்பினர்கள் கூட்டம் டெல்லி நாடாளுமன்ற மைய மண்டபத்தில் கூடியது. மொரார்ஜி தேசாயின் பெயரை கே. அனுமந்தையா முன்மொழிந்தார்; டி.ஆர். பாலிவால் வழிமொழிந்தார். இந்திரா காந்தியின் பெயரைக் குல்சாரிலால் நந்தா முன்மொழிந்தார்; நீலம் சஞ்சீவ ரெட்டி வழிமொழிந்தார். மேசையின் மீது வாக்குப் பெட்டி

வைக்கப்பட்டிருந்தது. காங்கிரஸ் கட்சியைச் சேர்ந்த 503 பாராளுமன்ற உறுப்பினர்கள் வருகை புரிந்திருந்தனர். 26 பேர் வர இயலாமையால் அவர்களின் விருப்ப வாக்கினை எழுதி அனுப்பி இருந்தனர். காங்கிரஸ் கட்சியைச் சேர்ந்த 14 முதலமைச்சர்கள் பார்வையாளர்களாகக் கலந்து கொண்டனர்.

இந்திரா காந்தி காலையில் காதி புடவையை அணிந்து, காஷ்மீர் ஷால்வையை மேலே போர்த்திக் கொண்டு குமிழ் மணி வைத்த தனிவகைச் சங்கிலியைக் கழுத்தில் அணிந்தவாறு (கமலா நேருவின் ஞான குருவான ஆனந்தமயி என்ற வங்காள முனிவர் அளித்த சங்கிலி) ராஜகாட், சாந்திவனத்திற்குச் சென்று வணங்கினார். இடைக்காலப் பிரதமர் குல்சாரிலால் நந்தா, பாராளுமன்றப் பெண் உறுப்பினர் சுபத்திரா ஜோஷி ஆகியோருடன் காலை 10.30 மணிக்குப் பாராளுமன்ற மைய மண்டபத்திற்குள் 48 வயதுடைய இந்திரா நுழைந்தார். அனைவருக்கும் வணக்கம் தெரிவித்தார். அதேபோன்று குஜராத் மரபில் வெள்ளை உடையில் 69 வயதுடைய மொரார்ஜி தேசாய், வணக்கம் தெரிவித்தவாறு கைகூப்பி வணங்கி இருக்கையில் அமர்ந்தார்.

மொரார்ஜி தேசாயும் இந்திரா காந்தியும் காங்கிரஸ் கட்சி நாடாளுமன்ற உறுப்பினர்களைப் பார்த்துக் கைகூப்பி வணங்கி வாக்குகளைக் கோரினர். தேர்தல் அதிகாரியாக 62 வயதுடைய காங்கிரஸ் தலைவர் காமராஜர் தலைமையேற்று நடத்தினார். வாக்குப் பதிவு 11 மணிக்கு ஆரம்பித்துப் பிற்பகல் 3.30 மணிக்கு முடிவுற்றது. வாக்குச் சீட்டைப் பெற்றுக்கொண்ட பாராளுமன்ற உறுப்பினர்கள் தனித்தனியாக, மறைவிடத்தில், வாக்குச்சீட்டில் குறியீடு செய்து மடித்து மேசையின் மீது வைக்கப்பட்டிருந்த வாக்குப் பெட்டிக்குள் ஒவ்வொருவராகப் போட்டனர். வாக்குகள் எண்ணப்பட்டன. இந்திரா காந்தி 355 வாக்குகளையும் மொரார்ஜி தேசாய் 169 வாக்குகளையும் பெற்றனர். வேட்பாளர்களான இந்திராவும் மொரார்ஜியும் வாக்களிக்கவில்லை. இந்திரா காந்தி பிரதமராக வெற்றி பெற்றார்.

'இந்திரா காந்தி ஜிந்தாபாத்' என்ற கோஷம் சில நிமிடங்கள் விண்முட்டி ஒலித்தது. காமராஜர் வாழ்த்திப் பேசினார்; மொரார்ஜி

தேசாய் வாழ்த்தினார். இந்திரா காந்தி அனைவருக்கும் நன்றி தெரிவித்தார். 1966 ஜனவரி 24ஆம் நாள் திங்கட்கிழமை இந்திரா காந்தி, இந்தியாவின் மூன்றாவது பிரதமராகவும் முதல் பெண் பிரதமராகவும் குடியரசுத் தலைவர் டாக்டர் எஸ். இராதா கிருஷ்ணன் பதவிப் பிரமாணம் செய்து வைக்க, பதவியேற்றார். அவர் அவ்வமயம் மாநிலங்கள் அவை உறுப்பினர். பிரதமராக இருந்த லால் பகதூர் சாஸ்திரியின் அமைச்சரவையில் இருந்தவர்களுக்குத் தொடர்ந்து பதவி வழங்குமாறு காமராஜர் இந்திரா காந்தியைக் கேட்டுக் கொண்டார்.

பிரதமர் இந்திரா காந்தி தனது அமைச்சரவையில் புதிதாக அசோக் மேத்தாவைச் சேர்த்துக் கொண்டு திட்டத் துறை அமைச்சர் பொறுப்பை வழங்கினார்; G.S. பதக்கைச் சட்ட அமைச்சராக்கினார்; விவசாயம் மற்றும் எரிசக்தி அமைச்சராகப் பக்ரூதின் அலி அகமதுவை நியமித்தார்; தொழில்துறை அமைச்சராக ஜெகஜீவன் ராமை நியமனம் செய்தார். கலகான்கரின் (Former Raja of Kalakankar) ராஜாவாக இருந்தவரும் தோற்றப் பொலிவு கொண்டவருமான தினேஷ் சிங் என்பவரை ராஜாங்க அமைச்சராகவும் பின்னர் வெளியுறவு அமைச்சராகவும் அமர்த்திக் கொண்டார். அவருக்கு மிக முக்கியத்துவம் அளித்தமையால் இந்திரா காந்தியுடன் நெருங்கிய பழக்கம் உடையவர் என்று அழைக்கப்பட்டார்; பிரதமர் இந்திரா காந்தியால் உத்தரவிடப் பெட்ட முக்கியமான பணிகள் அனைத்தும் தினேஷ் சிங்கின் மூலமாகவே நடைபெற்றன. ஆனால் மொரார்ஜி தேசாய் அமைச்சராகவில்லை. பெண் குலத்துக்கே ஒரு விடிவெள்ளியாக ஆட்சி செய்கிறார் என்று உள்நாட்டு, வெளி நாட்டுச் செய்தித்தாள்கள் இந்திரா காந்தியைப் புகழ்ந்து எழுதின.

'உறுதி உள்ளம் உலகை வெல்லும்' என்ற பழமொழிக்கு உதாரண மாக இந்திரா காந்தி தனது 48ஆவது வயதில் உறுதியுடன் பிரதம ராகப் பதவியேற்றார். நேரு 58ஆவது வயதிலும் சாஸ்திரி 60ஆவது வயதிலும் பிரதமர் பதவியேற்று தத்தம் பணிகளைச் செம்மைப் படுத்தினர். ஆனால் இந்திரா காந்தி பிரதமர் பதவியேற்றதும் பல இடர்ப்பாடுகளைச் சந்திக்க வேண்டியிருந்தது. 1965இல் பாகிஸ்தான் இந்தியப் போரினால் உணவுப் பொருள்கள் தட்டுப்பாடு ஏற்பட்டது; பொருள்களின் விலைகள் தாறுமாறாக உயர்ந்தன;

ஏழை, நடுத்தர மக்கள் பெரிதும் பாதிக்கப்பட்டனர். கேரளாவில் அரிசிப் பஞ்சம் ஏற்பட்டது; பஞ்சாபி பேசும் மக்கள் தனி பஞ்சாப் மாநிலத்திற்காகப் போராட்டத்தில் ஈடுபட்டிருந்தனர். வடகிழக்குப் பகுதியில் உள்ள நாகா மக்கள் தனி மாநிலம் கேட்டுப் போராடிக் கொண்டிருந்தனர். 1965இல் பாகிஸ்தான் படையெடுப்பின் போது படைகள் உதவியமைக்காக இந்திய - அமெரிக்க உறவு பாதிப்புக் குள்ளாகியிருந்தது. இந்திய ரூபாயின் மதிப்புக் குறைந்தவாறு இருந்தது.

சிண்டிகேட் அமைப்பில் இருந்த மொரார்ஜி தேசாய், கே.காமராஜ், எஸ். நிஜலிங்கப்பா, அதுல்யா கோஷ், எஸ்.கே. பட்டீல், நீலம் சஞ்சீவ ரெட்டி, சி. சுப்பிரமணியம் ஆகியோர் பிரதமர் இந்திரா காந்தி தன்னிச்சையாகச் செயல்படக்கூடாது என்றும், தங்களைக் கலந்து ஆலோசித்த பின்னர்தான் முடிவுகளை எடுத்துச் செயல்படுத்த வேண்டும் என்றும் இந்திராவுக்கு நெருக்கடியைக் கொடுக்கத் தொடங்கினர். ஆனால் இந்திரா அதைப் பற்றிக் கவலைப்படவில்லை. சட்டம் ஒழுங்கைப் பராமரிக்க வேண்டிய உள்துறை அமைச்சர் குல்சாரிலால் நந்தா எந்தக் கவலையும் இல்லாமல் ஜோதிடம் பார்த்தல், ஓய்வு எடுத்தல் என்ற நிலையில் இருந்தார்.

❐

9
நாகர்கோயிலில் கிடைத்த மாபெரும் வெற்றி

காமராஜருக்கு ஏற்பட்ட தோல்வி எனும் கறை 1969ல் நாகர்கோவிலில் கிடைத்த மாபெரும் வெற்றியால் துடைத்து எறியப்பட்டது.

நேர்மை என்பது சில நேரங்களில் சரிவுகளைச் சந்திக்கலாமே தவிர, தோல்விகளை சந்தித்ததில்லை.

அகில இந்திய காங்கிரஸ் தலைவராக நிஜலிங்கப்பா பொறுப் பேற்றதற்கு பின்னாலே காமராஜரின் பணிச்சுமை ஓரளவு குறைந்தது. முன்பு இருந்தது போல கட்சி நெருக்கடிகள், கட்சி பிரச்சனைகள் அதிகமாக இல்லை. அகில இந்திய காங்கிரஸ் தலைவர் என்ற முறையில் நிஜலிங்கப்பா அனைத்தையும் பார்த்துக் கொண்டார். சென்னையில் காமராஜருக்கு சிறிதளவு ஓய்வு கிடைத்தது.

நிஜலிங்கப்பாவும் காமராஜரும் அண்ணன் தம்பி போல பழகிய வர்கள். தமிழகத்தில் காமராஜர் எப்படி நேர்மையான ஆட்சி தந்து எப்படி நற்பெயர் எடுத்தாரோ.. அதேபோல கர்நாடகாவில் நேர்மையான ஆட்சி செய்து பேரெடுத்தவர் நிஜலிங்கப்பா.

கர்நாடகாவின் முதல்வர் பதவியை விட்டுவிட்டு வருவதற்கு நிஜலிங்கப்பாவிற்கு விருப்பமில்லை. காமராஜரின் வற்புறுத்தலுக்காக இறுதியில் இசைவு தெரிவித்து அகில இந்திய காங்கிரஸ் தலைவர் பதவியை ஏற்றுக்கொண்டார்.

நேருவின் புதல்வி என்பதால் இந்திராவிடமும் மிகுந்த மதிப்பு கொண்டு இருந்தார் நிஜலிங்கப்பா. இப்பொழுது உள்ள சூழ்நிலையில் நிஜலிங்கப்பா தான் சரியான தீர்வு என்று காமராஜரும் இந்திராவும் ஒன்றாக சிந்தித்து இந்த முடிவினை எடுத்திருந்தனர்.

தன்னிச்சையாக சில முடிவுகளை எடுத்து கட்சியின் ஆலோசனை பெறாமல் சில அறிவிப்புகளைச் செய்து அவற்றை நடைமுறைப்படுத்துகின்ற காரியங்களை இந்திரா காந்தி ஆட்சியில் நடத்திக் கொண்டிருந்ததால் மூத்த தலைவர்கள் மத்தியில் கொஞ்சம் புகைச்சல் இருந்து வந்தது. நேரு ஒரு முடிவு எடுக்கும்போது தனது ஆட்சிக் காலத்தில் எல்லா தலைவர்களையும் தவறாமல் அழைத்து ஆலோசனை கலந்த பிற்பாடு தான் அறிவிப்பார். ஆனால் இந்திரா காந்தியிடம் அந்த ஜனநாயக நடைமுறை இல்லையே என்ற வருத்தம் மேலோங்கி இருந்தது. இப்படிப்பட்ட சூழ்நிலைகளில் கட்சியின் கட்டுக்கோப்பு குலைந்து விடக்கூடாது என்ற கவலையில் தலைவர்கள் மத்தியிலே ஒரு இணக்கமான சூழ்நிலை அமைவதற்காக காமராஜர் அரும்பாடுபட்டார். நான் பெரியவனா? நீ பெரியவனா? என்ற போக்கினை காட்டிலும், கட்சி பெரிது, அதை விட நாடு பெரிது என்பதுதான் காமராஜரின் திடமான கொள்கை யாகும்.

இப்படிப்பட்ட சூழ்நிலையில்தான், நாகர்கோவில் பாராளுமன்ற உறுப்பினராக இருந்த மார்ஷல் நேசமணி தனது உடல்நிலை குன்றிய நிலையில் எதிர்பாராத வகையில் மரணம் அடைந்த துயரமான சம்பவம் நடந்தது. நாகர்கோவிலில் இடைத்தேர்தல் நடத்த வேண்டிய சூழ்நிலை ஏற்பட்டது.

1967-ல் நடைபெற்ற சட்டமன்ற தேர்தலில் காங்கிரசுக்கு ஏற்பட்ட தோல்வியால் காமராஜர் பெற்ற தோல்வியாலும் காங்கிரஸ் தொண்டர்கள் துவண்டு போய் இருந்த காலகட்டம் அது. அண்ணா

முதல்வராக இருந்து தமிழகத்தில் தி.மு.க ஆட்சி நடந்து கொண்டிருந்த நேரம் அது. அவரவர் கட்சி அவரவருக்கு பெரிது என்பது பொதுவான சித்தாந்தம். அந்த வகையில் காங்கிரசுக்கு ஏற்பட்டிருந்த பின்னடைவை போக்கும் வகையில் பல்வேறு திட்டங்களை தீட்டி காங்கிரசுக்கு புத்துயிர் ஊட்டும் பல நிகழ்வு களை காங்கிரசார் மேற்கொண்டிருந்தனர்.

1967-ல் காங்கிரஸ் தோல்வி கண்டதற்கு மிக முக்கியமான காரணமாக இருந்தது மாணவர்கள் நடத்திய இந்தி எதிர்ப்பு போராட்டம்தான். காங்கிரஸ்காரர்கள் இந்திக்கு ஆதரவானவர்கள் என்ற தவறான கருத்து முதலில் தகர்த்தெறியப்பட வேண்டும். அதனால் தேசிய மாணவர்கள் எல்லாம் ஒன்று திரண்டு காமராஜரை சென்று சந்தித்து அவரது வாழ்த்துக்களோடு 'தேசிய மாணவர் தமிழ் வளர்ச்சி குழு' என்ற அமைப்பினை அப்போது மாணவர் தலைவராக இருந்த தஞ்சை ராமமூர்த்தி தலைமையில் தோற்றுவித்தனர். சொல்லின் செல்வர் சம்பத், கவியரசர் கண்ணதாசன், சிறுகதை மன்னர் ஜெயகாந்தன், எழுத்தாளர் பி.சி. கணேசன் ஆகியோர் மாணவர்களை உற்சாகப்படுத்தும் வகையில் பல மாணவ நிகழ்வுகளில் பங்கேற்று ஊக்கப்படுத்தினர்.

காமராஜரின் ஏற்பாட்டில் டெல்லி சென்று பிரதமர் இந்திரா காந்தியை சந்தித்து இந்தி பேசாத மக்களுக்கு நேரு கொடுத்த உறுதி மொழி காப்பாற்றப்பட வேண்டும் என்பதையும், எந்த வகையிலும் இந்தியை திணிக்கக் கூடாது என்றும் கேட்டுக் கொண்டனர். தமிழகத்தின் மூலை முடுக்கெல்லாம் தேசிய மாணவர்களை ஒன்று திரட்டி ஒரு மாணவர் பெரும் படையை உருவாக்கினர். அப்படித் தான் மாணவர் காங்கிரஸ் என்ற அமைப்பு தமிழகத்தில் தோற்றம் கண்டது. அப்போதுதான் மாணவர் தலைவர் தண்டாயுதபாணி, குழந்தை ராமலிங்கம், ஹக்கீம், வெ.கி. திருமாறன் ,ஜெயச்சந்திரன், வாழப்பாடி கூ.ராமமூர்த்தி, ஆர்.வி.கே. அப்பாசாமி, ராசேந்திரன், கவிஞர் நேதாஜி, ஜெ. வீரபாண்டியன் போன்றோர் ஏற்பாட்டில் 10.9.1967 அன்று சென்னை மெரினா கடற்கரையில் பிரமாண்ட மான காங்கிரஸ் கூட்டம் காமராஜர் தலைமையில் நடைபெற்றது. அதேபோன்று சட்டக் கல்லூரியிலும் பீட்டர் அல்போன்ஸ்,

தனுஷ்கோடி ஆதித்தன், பி.எஸ். ஞானதேசிகன், பசுபதி தனராஜ் போன்றோர் சட்டக் கல்லூரி மாணவர் காங்கிரசை தோற்று வித்தனர்.

அதேபோன்று அப்போது தமிழக இளைஞர் காங்கிரசின் அமைப்பாளராக இருந்த குமரி அனந்தன் காங்கிரஸ் பலப்படுத்தும் வண்ணம் மக்கள் மத்தியில் ஒரு விழிப்புணர்வை ஏற்படுத்தும் வகையில் குமரியில் இருந்து சென்னை வரை கால்நடையாகவே நடந்து வரும் மிகப்பெரிய பாதயாத்திரை ஒன்றினை தொடங்கி னார்.

தொடர்ந்து 44 நாட்கள், 625 மைல்கள், 98 இளைஞர்களோடு புறப்பட்டு பாத யாத்திரையாக அழைத்துக் கொண்டு 98-வது அண்ணல் காந்தியடிகளின் பிறந்த நாளினை முன்னிட்டு 1967 அக்டோபர் இரண்டாம் நாள் கன்னியாகுமரியில் தொடங்கி நேருவின் பிறந்த நாளான நவம்பர் 14-ம் நாள் சென்னையிலே வந்து நிறைவு செய்தார் குமரி அனந்தன். காந்தீய நெறியில் காங்கிரசை உயர்த்தி பிடிக்கும் இந்த பாதயாத்திரை பயணத்தை வாழ்த்தும் வகையில் அத்தனை தொண்டர்களையும் வருகிற வழியிலே அச்சரம்பாக்கம் சென்று நேரிலே வாழ்த்தி மகிழ்ந்தார் காமராஜர். பின்னர் சென்னை மெரினா கடற்கரையில் கண்ணதாசன், ஜெயகாந்தன், சொல்லின் செல்வர் சம்பத், சிம்மக்குரலோன் குமரி அனந்தன் பேசிய கூட்டம் மிகச் சிறப்பாக நடந்தேறியது.

அகில இந்திய இளைஞர் காங்கிரசின் தலைவராக அப்போது பதவி வகித்த என்.டி.திவாரி அவர்கள் (இவர்தான் பின்னாளில் உ.பி.யின் முதல்வராக இருந்தவர்) நேரிலே வருகை தந்து, லட்சக்கணக்கான மக்கள் திரண்டிருந்த மெரினா கடற்கரை கூட்டத்தில் உணர்ச்சிமிகு உரையாற்றி பாதயாத்திரைத் தலைவர் குமரி அனந்தனை பாராட்டி வாழ்த்தியதோடு பங்கேற்ற அத்தனை இளைஞர் காங்கிரஸ் செயல் வீரர்களுக்கும் பொன்னாடை அணிவித்து மகிழ்ந்தார்.

குமரி அனந்தனின் அரசியல் வரலாற்றில் இந்த பாதயாத்திரை ஒரு திருப்புமுனையை ஏற்படுத்தியது. அதற்குப் பிறகுதான் இலக்கியச் செல்வர் என்ற அடைமொழியோடு தமிழகம் எங்கும் வலம் வந்து

இளைஞர் காங்கிரசை குமரி அனந்தன் வலுப்படுத்தினார், வளப் படுத்தினார். மிகவும் சக்தி வாய்ந்த அமைப்பாக பின்னாளில் இளைஞர் காங்கிரஸ் உருவெடுத்தது.

இப்படிப்பட்ட சூழ்நிலையில் தான் நாகர்கோவில் பாராளு மன்ற இடைத்தேர்தல் அறிவிப்பு வெளியாகி இருந்தது. காமராஜர் இந்த தேர்தலில் கண்டிப்பாக போட்டியிட வேண்டும் என்று ஒட்டு மொத்த தமிழகமே விரும்பியது. தொண்டர் முதல் தலைவர்கள் வரை காமராஜரை சந்தித்து போட்டியிடுமாறு வற்புறுத்திய வண்ணம் இருந்தனர். வழக்கம்போல 'ஆகட்டும் பார்க்கலாம்' என்று எல்லோரிடமும் சொல்லி வந்தார் காமராஜர். இதற்காக மதுரையில் இருந்து புறப்பட்டு சென்னை வந்த பழ.நெடுமாறன், கண்ணதாசனையும் அழைத்துக் கொண்டு போய் நாகர்கோவிலில் போட்டியிட வேண்டியதன் அவசியத்தை காமராஜரிடம் சொல்லி வற்புறுத்தினார்கள்.

ஏற்கனவே விருதுநகரில் மக்கள் தந்த தோல்விக்கு ஏற்பட்ட காயத் திற்கு நாகர்கோவில் மக்கள் வெற்றிக்கனியை பறித்து மருந்து போட நினைக்கிறார்கள் என்பதை பக்குவமாக எடுத்துச் சொன்னார் பழ. நெடுமாறன். அப்படி என்றால் நீங்கள் போய் நேரிலே நாகர்கோவில் மக்களை சந்தித்து அவர்களின் அபிப்ராயத்தை அறிந்து வாருங்கள் என்று நெடுமாறனை அனுப்பி வைத்தார் காமராஜர். நெடுமாறன் தொகுதி முழுக்க சுற்றுப் பயணம் செய்து மிகவும் சாதகமான சூழ்நிலை நிலவுவதாகவும் போட்டியிட்டால் வெற்றி நிச்சயம் என்பதையும் காமராஜரிடம் எடுத்துச் சொன்னார்.

இருப்பினும் நாகர்கோவில் மக்களின் எண்ண ஓட்டத்தை நேரில் சந்தித்து அறிந்து கொள்ள விரும்பிய காமராஜர், நாகர்கோவில் தொகுதி முழுக்க ஒரு சுற்றுப்பயணத்தை மேற்கொண்டார். போகிற இடமெல்லாம் 'அப்பச்சி காமராஜர் வாழ்க' என்ற முழக்கமே ஒலித்தது. எங்கள் ஓட்டு அனைத்தும் அப்பச்சி காமராஜருக்கே என்று தொகுதி மக்கள் திரண்டு வந்து காமராஜரிடம் தங்களின் ஆதரவை தெரிவித்தனர். அதற்கு பிறகு தான் தன்னுடைய இசைவினை தெரிவித்தார் காமராஜர். பிரதமர் இந்திரா காந்தியும் தலைவர்

காமராஜர் வெற்றி பெற்று பாராளுமன்ற உறுப்பினராக டெல்லி வர வேண்டும் என்று தனது வாழ்த்துக்களை தெரிவித்துக் கொண்டார்.

விருதுநகர் தேர்தலில் மிகுந்த தயக்கத்தோடு தான் தி.மு.க.வின் வேட்பாளரை அண்ணா நிறுத்தினார். இப்போதும் காமராஜரை எதிர்த்து வேட்பாளரை நிறுத்த விரும்பாத அண்ணா, கூட்டணி கட்சியான சுதந்திராக் கட்சிக்கு விட்டுக் கொடுத்துவிட்டு ஒதுங்கிக் கொண்டார்.

சொல்லின் செல்வர் சம்பத், கண்ணதாசன், ஜெயகாந்தன், குமரி அனந்தன், பழ. நெடுமாறன், சின்ன அண்ணாமலை போன்ற முக்கியமான பேச்சாளர்கள் எல்லாம் ஏறக்குறைய ஒரு மாத காலம் தொகுதியிலேயே தங்கி இருந்து தேர்தல் பணிகளை கவனித்தனர்.

மாவட்ட தலைவர்களாக இருந்த இஸ்மாயில், மகாதேவன் பிள்ளை, ஜேம்ஸ், தாணுலிங்க நாடார் போன்றோர் இரவு பகலாக உழைத்தனர். காமராஜர் அமரர் நேசமணியின் இல்லத்திலேயே தங்கி இருந்து தொகுதி முழுக்க சுற்றுப்பயணம் செய்து மக்களை சந்தித்து வாக்கு சேகரித்தார்.

'தினமும் ஒரு கடிதம்' என்ற வகையில் கவியரசர் கண்ணதாசன் காமராஜர் வெற்றி பெற வேண்டியதன் அவசியத்தை நவசக்தி நாளேட்டில் மிக உருக்கமாக எழுதி, தொண்டர்களை நாகர்கோவி லுக்கு வருமாறு அழைத்த வண்ணமிருந்தார்.

தொகுதி முழுக்க காங்கிரஸ் தொண்டர்கள் பெட்டி படுக்கை களுடன் வருகை தந்து, தங்கும் வசதி எல்லாம் பொருட்படுத்தாது, கிடைத்த இடங்களில் தூங்கிக் கொண்டு உழைத்த காட்சி மனதை உருக்குவதாக இருந்தது. நாகர்கோவில் முழுக்க ஒரே திருவிழா கூட்டம் தான்... அப்பச்சி காமராஜர் முழக்கமே தொகுதி முழுக்க எதிரொலித்த வண்ணமிருந்தது.

எதிர்த்துப் போட்டியிட்ட டாக்டர் மத்தியாஸ் பிரபலமான மருத்துவர் என்று பேர் எடுத்திருந்தாலும், காமராஜர் என்னும் இமயத்திற்கு முன்னால் ஈடு கொடுத்து நிற்க முடியவில்லை.

தொகுதியில் பதிவான வாக்குகளின் எண்ணிக்கை 4,01,600 ஆகும். காமராஜர் பெற்ற வாக்குகள் 2,49,437 ஆகும். எதிர்த்துப் போட்டியிட்ட சுதந்திராக்கட்சி வேட்பாளர் மத்தியாஸ் பெற்றது 1,21,236 ஆகும். ஆக 1,28,201 வாக்குகள் வித்தியாசத்தில் காமராஜர் மாபெரும் வெற்றி பெற்று, ஒட்டு மொத்த காங்கிரஸ் தொண்டர் களுக்கும், கட்சிக்கும் பெருமை சேர்த்தார். பொது மக்களை மகிழ்ச்சிக் கடலில் ஆழ்த்தினார்.

எதிர் கட்சியினரிடம் இருந்து எவ்வித விமர்சனங்களும் எழவில்லை. அண்ணா விடுத்த அறிக்கையில் 'காமராஜர் அனைத்திந்திய பெருந் தலைவர், இந்திய அரசியலுக்கு அவருடைய ராஜ தந்திரம் மிக மிகத் தேவையானது. அவர் புகழ் ஒளிமிக்கவர்' என்று நாகரீகமாகவும், நாசூக்காகவும் குறிப்பிட்டிருந்தார்.

குமரியில் காலூன்றி, இமயத்தில் வெற்றிக் கொடியைப் பறக்கவிட்ட வீரத் தலைவர். ஜனநாயக காவலரே, சமுதாயச் சிற்பியே வருக வருக வென்று வாழ்த்து முழக்கங்களோடு சென்னை மீனம்பாக்கம் விமான நிலையத்தில் வரவேற்கப்பட்டார் காமராஜர். பல்லாயிரக் கணக்கான மக்கள் புடை சூழ, சத்தியமூர்த்தி பவனுக்கு காமராஜர் ஊர்வலமாக அழைத்து வரப்பட்டார்.

புதுடெல்லியில் இருந்து பாரதப் பிரதமர் இந்திரா காந்தி காமராஜர் வெற்றியை வரவேற்று, தனது மகிழ்ச்சியைத் தெரிவித்திருந்தார். அப்போது தமிழ்நாடு காங்கிரசின் தலைவராக இருந்த சி.சுப்பிர மணியம், காமராஜர் பெற்ற வெற்றியை தமிழகம் முழுவதும் கொண்டாடும் வகையில் ஜனநாயக உரிமை பதுகாப்புத் தினமாகக் கொண்டாடுங்கள் என்று காங்கிரஸ் தொண்டர்களைக் கேட்டுக் கொண்டு அறிக்கை ஒன்றினை வெளியிட்டிருந்தார். காமராஜரும், கொஞ்சமும் தாமதிக்காமல், ஜனவரி 20, 21ஆம் தேதிகளில் நாகர் கோவில் தொகுதி முழுக்க சுற்றுப்பயணம் மேற்கொண்டு தொகுதி மக்களுக்கு நன்றி தெரிவித்தார். 1967-ல் காமராஜருக்கு ஏற்பட்ட தோல்வி எனும் கறை 1969-ல் நாகர்கோவிலில் கிடைத்த மாபெரும் வெற்றியால் துடைத்து எறியப்பட்டது.

❒

10

காமராஜருக்கு எதிராக இராஜாஜி

சுதந்திரம் அடைந்தது முதல் இந்த நாட்டை ஆண்டு வந்த பலம் பொருந்திய காங்கிரஸ் ஆட்சியை அகற்ற, அண்ணா பிற கட்சிகளைத் தன்னுடன் கூட்டணியாகச் சேர்த்துக் கொண்டு 1967ல் தேர்தலை சந்தித்தார்.

இராஜாஜியின் சுதந்திரா கட்சி, காயிதே மில்லத் அவர்களின் முஸ்லீம் லீக் கட்சி, சி.பா. ஆதித்தனாரின் நாம் தமிழர் கட்சி, ம.பொ. சிவஞானத்தின் தமிழரசு கட்சி, மூக்கையாத் தேவரின் பார்வர்ட் பிளாக் ஆகிய கட்சிகள் இந்தக் கூட்டணியில் இருந்தன.

திராவிடர் இனத்தின் ஒப்பற்ற தலைவரும் கலகக்காரருமாகத் திகழ்ந்த தந்தை பெரியார், பார்ப்பன ஆதிக்க கட்டமைப்பை முற்றிலும் துடைத்து எறிய போராடிக் கொண்டிருந்தார்.

தன்னுடைய தலைமை மாணவராக இருந்த அறிஞர் அண்ணா அவர்கள் தந்தை பெரியாரையும், பெரியார் இயக்கத்தையும் விட்டுப் பிரிந்து தி.மு.க. என்ற அரசியல் கட்சியைத் தொடங்கி 1967ல் இராஜாஜி மற்றும் சில அரசியல் கட்சிகளுடன் கூட்டணி அமைத்து தேர்தலில் பெரும் வெற்றியையும் பெற்று விட்டார்.

அனைவரும் ஆவலுடன் எதிர்பார்த்துக் கொண்டிருந்த 1967 சட்டமன்ற தேர்தலுக்கான நாட்கள் நெருங்கி வந்த வேளையில் பெரியாரின் சிந்தனையெல்லாம் காமராஜரைச் சுற்றிச் சுற்றியே வந்து கொண்டிருந்தது.

காமராஜரை ஒழித்தால் சமதர்மத்தை ஒழித்தது போலாகும் என்பதால் பார்ப்பனர்கள் காங்கிரசை ஒழிக்க நினைக்கின்றனர்.

இன்று நாட்டில் நடப்பது இனப்போரே ஆகும். மத, மூட நம்பிக்கையாளர்களால் சமதர்ம ஆட்சியை ஏற்படுத்திட முடியாது. மனுதர்ம ஆட்சியைக் கொண்டு வரத் துடிக்கும் ராஜகோபாலாச்சாரியாருக்கு கண்ணீர்த் துளிகளே நாற்காலி ஆகி விட்டனர். எனவே அவர்களை புறக்கணியுங்கள் என்று தி.மு.க. தலைவர் அண்ணாவையும் பிறரையும் பெரியார் பிரச்சாரங்கள் கூறி வந்தார்.

பெருந்தலைவர் காமராஜரின் ஆட்சியில் தமிழகம் பெரும் முன்னேற்றங்களைக் கண்டதோடு பெரியாரின் கனவுகளை நனவாக்கி நல்லாட்சி புரிந்தது என்பதால் நிபந்தனையற்ற தனது ஆதரவைக் காங்கிரஸ் இயக்கத்திற்கு அளிக்க வேண்டியவரானார் பெரியார்.

தள்ளாத வயதிலும் தாம் மேற்கொண்ட முடிவால் காங்கிரசை ஆதரித்து நாடு முழுவதும் பிரச்சாரம் செய்தார் பெரியார். ஆனால் முடிவோ வேறாக இருந்தது.

மகத்தான வெற்றியை திராவிட முன்னேற்ற கழகக் கூட்டணி பெற்றது. தனிப்பெரும்பான்மையோடு தேர்தலில் தி.மு.க. வென்றது. காங்கிரஸ் கட்சி படுதோல்வியைச் சந்தித்தது. காமராஜரும் தன் விருதுநகர் தொகுதியில் தோல்வியைத் தழுவினார்.

காங்கிரசின் படுதோல்வியும், குறிப்பாக காமராஜரின் தோல்வியும் பெரியாரை மிகவும் பாதித்தது.

இராஜாஜியை கூட்டு சேர்த்துக் கொண்டு அண்ணா வென்றதில் கூடுதல் எரிச்சல் அடைந்திருந்த பெரியார் அதனை வெளிப்படுத்தினார்.

பொதுவாக காமராஜர் தோல்வியைத் தவிர மற்ற தோல்வி எதுவும் எனக்கு அவ்வளவாக கவலை தரவில்லை. நமது மக்கள் ஜனநாயக உரிமைக்கு தகுதியற்றவர்கள் என்பது எனது வெகு நாளைய கருத்து. இப்போதைய வெற்றியை மாற்ற வேண்டும் என்பதில் இந்த வெற்றியை அளித்த மக்களின் யோக்கியதையை சரிவர நிர்ணயிப்போமானால் நாம் ஒன்றும் தனி முயற்சி எடுத்துப் பாடுபட வேண்டியதில்லை.

நம் உயிர் போன்ற கொள்கைகளுக்கு இந்த ஆட்சியில் கேடு நேராதவரை ஆட்சியின் போக்கைப் பற்றி நாம் கவலைப்பட அவசியமில்லை என்றே கருதுகிறோம்.

பொதுவாக இதுபோன்ற பார்ப்பனர் வெற்றி பற்றி எனக்கு இதற்கு முன் மூன்று அனுபவங்கள் உண்டு. மூன்றிலும் பார்ப்பனர் வெற்றி நிலைத்த பாடில்லை. ஆதலால் இன்றைய பார்ப்பனர் வெற்றி பற்றியும் ஒன்றும் குடிமுழுகிப் போய் விடவில்லை என்றே நம் மக்களுக்குத் தெரிவித்துக் கொள்ளுகிறேன். நானும் அதிகக் கவலைப்படவில்லை.

பொதுவாக நம் நாட்டுக்கு இப்படி ஓர் நிலை வரக்கூடும் என்று கருதியே 1963ல் காமராஜர் தமிழ்நாட்டு முதல் மந்திரி பதவியை விட்டு அகில இந்தியக் கட்சிப் பணிக்கு சென்றபோதே நான் கூடாது என்று பத்திரிகையில் எழுதியதோடு, 'தங்களின் ராஜினாமா தமிழர்களுக்கும் தமிழ்நாட்டிற்கும் தங்களுக்கும் தற்கொலைக்கும் ஒப்பாகும்' என்று தந்தியும் அனுப்பினேன்.

அவர் விலகியதன் பயனாகத் தமிழ்நாட்டில் பார்ப்பன ஆதிக்கத் துக்கு அனுகூலமான ஆட்சி ஏற்படுவதுடன் பொறுப்புள்ள ஆட்சி அமைவதற்கில்லாமலே போய் விட்டது. வடநாட்டிலும் பொறாமை, துவேஷம், கோஷ்டி ஏற்பட இடம் ஏற்பட்டு விட்டது.

காமராஜர் தோல்வியைப் பற்றி பலர் என்னிடம் வந்து துக்கம் விசாரிக்கும் தன்மை போல் தங்கள் வருத்தத்தை தெரிவித்துக் கொண்டார்கள்.

"1967 பிப்ரவரி 23ஆம் தேதி தோல்வியைப் பற்றி கவலைப்படு வதை விட 1966 நவம்பர் 7 ஆம் தேதி டெல்லியில் நடைபெற்ற கொலை முயற்சியில் அவர் உயிர் தப்பியதை நினைத்து மகிழ்ச்சி கொள்ளுங்கள் என்று சொல்லி அனுப்பினேன். நானும் அப்படியே நினைத்துத் தான் சரிபடுத்திக் கொண்டேன்"

காமராஜரின் காங்கிரசின் தோல்வியை தன் தோல்வியாகக் கருதிய பெரியாரின் மனம் இப்படியிருக்க, இமாலய வெற்றியைப் பெற்ற திராவிட முன்னேற்றக் கழகம் அண்ணா தலைமையில் ஆட்சியைப் பிடித்தது.

இந்தத் தேர்தலில் அண்ணா பாராளுமன்றத்திற்காகத் தென் சென்னைத் தொகுதியில் நின்று வெற்றி பெற்றார். சட்டமன்றத் தேர்தலில் போட்டியிடாவிட்டாலும் சட்டசபை தி.மு.க. தலைவ ராக தேர்வு செய்யப்பட்டார்.

இந்நிலையில் எவரும் எதிர்பாராத ஒரு நிகழ்வு நடந்தது. தாம் கண்ட தலைவரும் கொண்ட தலைவரும் அவர் ஒருவரே என்று எந்தப் பெரியாரைப் பற்றி அண்ணா கூறினாரோ அந்தப் பெரியாரை விட்டு விலக நேரிட்டதோடு, அவரால் 18 ஆண்டு காலம் ஏச்சுக்கும் பேச்சுக்கும் ஆளானாரோ அந்தப் பெரியாரை காண வேண்டும். அவரிடம் வாழ்த்துப் பெற வேண்டும் என்ற தனது எண்ணத்தை கழக முன்னணியினருக்குத் தெரிவித்தார்.

அவரது எண்ணத்தை அறிந்த அவர்கள் ஆச்சரியம் அடைந்தனர். பெரியாரைச் சந்தித்தே ஆக வேண்டும் என்ற அண்ணாவின் உறுதி 02.03.1967 அன்று நிகழ்ந்தது.

திருச்சியில் இருந்த பெரியாரைச் சந்திக்க நாவலர் நெடுஞ்செழியன், கலைஞர் கருணாநிதி, அன்பில் தர்மலிங்கம் ஆகியோருடன் காரில் புறப்பட்ட அண்ணா, தன் குழுவினருடன் சென்று பெரியார் தங்கியிருந்த இல்லம் சென்றார்.

அனைவரையும் இன்முகத்துடன் வரவேற்ற அன்னை மணியம்மையார், தந்தை பெரியாரிடம் விபரம் கூற, உணர்ச்சி வசப்பட்டவராக இருந்த பெரியாரிடம் சென்ற அண்ணா, 'அய்யா நலமாக இருக்

கின்றீர்களா?' என்று கேட்க, தடுமாற்றத்துடன் 'சுகமா இருக்கிறேன். நீங்கள் எல்லாரும் நலமா? ரொம்ப சந்தோஷம்' என்றார். உணர்ச்சிப் பெருக்கில் இருவர் கண்களிலும் கண்ணீர்.

6.3.1967 அன்று தான் முதலமைச்சராகப் பதவியேற்க இருப்பதைச் சொன்ன அண்ணா தங்கள் ஆசிபெற்றுச் செல்லவே வந்தோம் என்றார். சிற்றுண்டிக்குப் பின் விடைபெற்ற அண்ணா விடம், என்னைக் கூச்சப்பட வைத்து விட்டீர்கள் என்றார் பெரியார். அச்சமயம் அவர்களின் மனதில் என்னென்ன ஓடின என்பது அவர்களுக்கே வெளிச்சம்.

உணர்ச்சிப் பெருக்கில் மௌனமாகிப் போன பெரியாரிடம் 'நாங்கள் எப்படி நடந்து கொள்ள வேண்டும் என்பதை நீங்கள் தான் சொல்லித் தர வேண்டும்' என்றார் அண்ணா.

நம்மால் உருவாக்கப்பட்டவர்கள் என்றாலும் நம்மைக் குறை கூறிப் பிரிந்து சென்றவர்கள், நம்மிடம் அன்றாடம் ஏச்சையும் பேச்சையும் வாங்கிக் கட்டிக் கொண்டவர்கள், கொஞ்ச நஞ்சமல்ல பதினெட்டு ஆண்டு காலம் இத்தகைய நிலையில் வளர்ந்தவர்கள் என்றாலும் அடிப்படைக் கொள்கைகளில் மாற்றம் ஏதும் கொள்ளாமல் நிலை நிறுத்தியதோடு, தம்மிடம் ஆசிவாங்க ஓடோடி வந்த அண்ணாவை யும், அவர்களின் தம்பி மகனையும் எண்ணி பெருமிதம் கொண்டார் பெரியார்.

6.3.1967 அன்று தன்னோடு நாவலர் நெடுஞ்செழியன், கலைஞர் கருணாநிதி, மதியழகன், கோவிந்தசாமி, சத்தியவாணிமுத்து, மாதவன், சாதிக்பாட்ஷா, மற்றும் முத்துசாமி ஆகியோரை அமைச்சர்களாக இணைத்துக்கொண்டு முதலமைச்சராகப் பதவி யேற்ற அண்ணா 'இந்த அமைச்சரவை தந்தை பெரியாருக்கு காணிக்கை' என்றார்.

அண்ணா திரும்பி வந்து பெரியாரைச் சந்தித்ததும் பெரியார் அவர்களை அரவணைத்தும் திராவிட கழகத்தார் சிலருக்கு பிடிக்க வில்லை. அதனை வெளிப்படையாகவே தெரிவிக்கத் தொடங்கினர்.

ஆனால் அந்தக் கருத்துக்களை பெரியார் ஏற்கவில்லை. தம் வாழ்வில் இன நலன் ஒன்றையே குறிக்கோளாகக் கொண்டவர், அதற்காக எதையும் விலை கொடுக்கத் தயாரானவர் என்ற காரணத்தால் தன் தொண்டர்களின் எண்ணங்களுக்கு தெளிவான தனது பதிலை 9.3.1967 விடுதலையில் விரிவாகக் கூறினார்.

“தேர்தல் முடிவுக்கு பின்னிட்டு நான் தெரிவித்த எனது கருத்தாகிய அறிக்கையைப் பற்றி எனது தோழர்களிடையிலும் காங்கிரஸ்காரர் களிடையிலும் பொது மக்களிடையிலும் ஒரு தவறான எண்ணம் ஏற்பட்டிருப்பதாகத் தெரிகிறது.”

சிலரை நேரில் பார்த்த அளவிலும், சிலரால் எனக்கு எழுதப்பட்ட கடிதங்களைப் பார்த்த அளவிலும் எதிர்கட்சித் தலைவர்கள் என்னைக் கண்டு பேசிய பிறகு எனது கருத்து மாறி விட்டதாகவும், எனது எதிர்ப்பு உணர்ச்சியை நான் கைவிட்டு விட்டதாகவும் எதிரிகளுக்கு ஆதரவாகப் போவதாகவும், இதனால் எதிர்காலம் மிகவும் மோசமாய் போய்விடுமென்றும், நாம் ஆதரிக்க ஆரம்பித்து விட்டால் எதிரிகள் தலை, கால் தெரியாமல் ஆடுவார்கள் என்றும் இதனால் சாதாரண மக்களும், நம் கழகத் தோழர்களும் பழி வாங்கப்படுவார்கள் என்றும் என்னை நம்பியவர்களை நான் காட்டிக் கொடுத்து விட்டதாக ஆகுமென்றும், முடிவாக நானும் எதிரிகளைக் கண்டு பயந்து போய் வளைந்து கொடுத்து விட்டேன் என்றும் பிளேட்டைத் திருப்பி போட்டு விட்டேன் என்றும், இந்த நிலைமையை யாருமே எதிர்பார்க்கவில்லையென்றும் தெரிவித் திருப்பதோடு, சிலர் கடுமையான ஆயுதங்களை பிரயோகப்படுத்தி கீழ்த்தரமான நிலையில் கையெழுத்தில்லாத கடிதங்கள் மூலம் தெரிவித்திருக்கிறார்கள்.

இவற்றைக் கண்டு நான் ஆச்சர்யப்படவில்லை. மனதில் இதைப்பற்றி எவ்வித கலக்கமும் கொள்ளவில்லை. ஏனென்றால் இப்படிப்பட்ட சமயத்தில் நான் எப்படி கொண்டு அதிலிருந்து தப்பித்துக் கொள்ள நாமாக அவர்களுக்கு தொல்லை கொடுப்பதா? கூடுமானவரை தொல்லை கொடுக்க வேண்டிய அவசியம் நேரிடாமல் பார்த்துக் கொள்ளும் முயற்சியையாவது செய்து பார்த்து விடுவதா?

நாம் தொல்லை கொடுப்பது என்று ஆரம்பித்துவிட்டால் குதூகுலமாய் பின் விளைவுகளைப் பற்றிக் கூட எண்ணாமல் நமக்கு ஆதரவு கொடுக்க மக்கள் முன் வருவார்கள் என்பது எனக்குத் தெரியும்.

இதனால் பதவியிலிருப்பவர்கள் தொல்லைப்படலாமே தவிர மாறுதலடைந்து விட முடியுமா? அவர்களைப் பாதுகாப்பதற் கென்று பார்ப்பனர், பத்திரிகைகாரர், பணக்காரர் முன் வருவார்கள்.

ஏனென்றால் அண்ணாதுரை தீர்க்கதரிசி அல்லவானாலும் கெட்டிக் காரர். எவ்வளவு சீக்கிரம் பார்ப்பனர்களை விட்டு வெளியேற முடியுமோ வெளியேறி நமது மந்திரியாகி ஆனாலும் ஆகக் கூடும். நமக்கே அண்ணா துரை மந்திரி சபையை ஆதரித்து மறுபடியும் அவரே வந்தால் தேவலாம் என்று கருதும்படியான நிலைமை வந்தாலும் வரலாம்.

நாம் காமராஜரின் கையைப் பலப்படுத்த வேண்டும் என்கிற கொள்கையில் இருந்தோம் இருக்கிறோமே தவிர காங்கிரசின் அடிமை அல்லவே.

அப்படி இருந்தால் பக்தவச்சலம் கண்டன நாள் கொண்டாடி இருப்போமா? இன்றுதான் ஆகட்டும். நாம் எந்த அளவில் இந்த மந்திரி சபையை ஆதரிப்பவர்களாக ஆகி விட்டோம்? கொஞ்ச நாளைக்கு எதிர்ப்பு காட்ட வேண்டாம் என்கின்ற நிலையில் தானே இருக்கிறோம்.

காங்கிரஸ்காரரை நினைத்துக் கொண்டு நாம் ஒன்றும் செய்ய வேண்டியதில்லை. பக்தவச்சலமே ஆறுமாத வாய்தா கொடுத்திருக் கிறாரே நான் அப்படி வாய்தா கூட கொடுக்கவில்லையே! சமயம் எதிர் பாருங்கள் என்பதாகத்தான் சொல்கிறேன்?

இதனால் நான் பயந்து விட்டேன் என்று சொல்லப்படுவதனால் எனக்கு உள்ள மரியாதை எவ்வளவு? தோழர்களே மனதை விட்டு விடாமல் உறுதியான மனத்தைக் கொண்டு எதையும் சிந்தியுங்கள்.

பெரியாரின் விரிவான விளக்கமான இந்த அறிக்கையால் திராவிட கழகத் தொண்டர்களும் நடுநிலை வகிப்போரும் அமைதி

கொண்டனர். பதவியேற்ற அண்ணா தனது அமைச்சரவையை பார்ப்பனர் எவரும் இல்லாதவாறு அமைத்தார்.

பதவியேற்றபின் போது உறுதிமொழி எடுத்துக் கொண்ட அமைச்சர்கள் வரலாற்றில் முதன் முறையாக, 'கடவுள் சாட்சி' யாக என்ற வார்த்தையைப் பயன்படுத்தாமல் 'உளமார' எனச் சொல்லி பதவியேற்றது போன்ற நடவடிக்கைகள் பெரியாரை மிகவும் மகிழ்ச்சியடையச் செய்தன.

திராவிட முன்னேற்றக் கழகத்தோடு கூட்டணி வைத்து தேர்தலில் வென்ற இராஜாஜி எப்படியும் அண்ணாவின் அமைச்சரவையில் இடம் பெற வேண்டும் என்று எண்ணியது ஈடேறவில்லை என்ற காரணத்தால் சபாநாயகர் தேர்தலில் தி.மு.க.வை எதிர்த்துப் போட்டியிட்டு தோல்வி அடைய நேரிட்டது.

அதன்பின் ஊடகங்கள் கேட்ட கேள்விகளுக்கு பதில் அளித்த இராஜாஜி 'தேன் நிலவு முடிந்து விட்டது' என்றார். பார்ப்பனீய எதிர்ப்புக் கொள்கையை அண்ணா கைவிடவில்லை என்ற நிலையில் பெரிதும் ஆனந்தமடைந்தார் பெரியார்.

எதிர்பாராத வகையில் திராவிட முன்னேற்றக் கழகம் வெற்றி பெற்றதையும், தம் இனத் தலைவராம ராஜாஜியின் துணையோடு வெற்றி பெற்ற பின்னர், அவர் விரும்பியவாறு அவரை அமைச்சரவையில் சேர்த்துக் கொள்ளாமல் புறக்கணித்ததையும், அனைத்திற்கும் மேலாக எவரும் எதிர்பாராத திருப்பமாக தந்தை பெரியாரைச் சந்தித்த அண்ணா, ஆட்சியே அவருக்கு காணிக்கை என்று கூறியதும் பார்ப்பனப் பத்திரிகைகளுக்கு மிகுந்த எரிச்சலை யூட்டின.

'கண்ட்ரோல் என்பதே எனக்குப் பிடிக்காது' என்று ராஜகோபாலச் சாரியார் சொல்வது போலவும் 'அதனால்தான் என் மீதுள்ள உங்கள் கண்ட்ரோலை நான் மெல்ல மெல்ல விலக்குகிறேன்' என்று அண்ணா கூறுவது போலவும் கேலிச் சித்திரம் வெளியிட்டது ஆனந்த விகடன்.

பெரிய சிம்மாசனத்தில் பெரியார் அமர்ந்திருப்பது போலவும் அண்ணாவும் அமைச்சர் பெருமக்களும் எதிரே மரியாதையோடு

நிற்பதை ஆச்சார்யார் ஒளிந்திருந்து பார்ப்பது போலவும் 'யாமிருக்க பயமேன்' என்ற தலைப்பில் சுதேசமித்திரம் படம் வெளியிட்டது.

அண்ணா ஆட்சிப் பொறுப்பை ஏற்றது முதல் பெரியார் 'விடுதலை' இதழில் ஆட்சியாளர்களுக்கான பல அறிவுரைகளைத் தொடர்ந்து எழுதி வந்தார். மக்களின் உணவுப் பிரச்சனைகளை சமாளிப்பது, அதிலும் ஆங்கிலவழிக் கல்வியின் முக்கியத்துவம் ஆகியன பற்றி எழுதினார்.

16.4.1967 அன்று சென்னை கோட்டையில் தமிழ்நாடு அரசு தலைமைச் செயலகம் என்ற மின் பெயர்ப்பலகையை முதலமைச்சர் அண்ணா திறந்து வைத்தார்.

அரசுக் கோப்புகளிலும் நடைமுறைகளிலும் மரியாதை நிமித்த மாகக் கூறப்பட்டு வந்த ஸ்ரீ, ஸ்ரீமதி, குமாரி போன்ற வடசொற் களுக்கு மாற்றாக திரு, திருமதி, செல்வி என்ற சொற்கள் பயன் படுத்தப்படும் என்ற அரசாணை 26.4.1967 அன்று வெளியிடப் பட்டது. இந்த நிகழ்வுகளில் மகிழ்ந்தார் பெரியார்.

சமதர்மத் திட்டத்தின் பெரும் நம்பிக்கை கொண்டிருந்த பெரியார் மகிழும் வகையில் 19.4.1967 அன்று தனியார் மின் நிறுவனங்கள் அனைத்தும் அரசுடைமையாக்கப்படும் என்ற அறிவிப்பை முதலமைச்சர் அண்ணா வெளியிட்டார்.

28.4.1967 அன்று பெரம்பலூர் மாவட்டம் ஓகளூர் என்ற ஊரில் அரசுப் பள்ளியில் புதிய கட்டடத் திறப்பு விழா அமைச்சர் ஏ.கோவிந்தசாமி தலைமையில் நடந்தது. அதில் கலந்து கொண்ட பெரியார், முதல்வர் அண்ணாவின் படத்தைத் திறந்து வைத்து உரையாற்றினார்.

அண்ணாவின் ஆட்சியை அப்போது பாராட்டி வந்த பெரியார் சில விசயங்களை கண்டிக்கவும் தயங்கவில்லை. ரூபாய்க்கு ஒருபடி அரிசித் திட்டத்தை தவறு என்றார். 'இதனால் மிக்க நட்டம் ஏற்படும். இந்த அரிசி விலை குறைப்பே நியுசன்ஸ். அனாவசியத் தொல்லை' என்றார்.

❒

11
பெரியார் நெஞ்சில் காமராஜர்

1936 வரை தந்தை பெரியார், காங்கிரஸ் கட்சியிலே தான் இருந்தார். தலைவர், செயலாளர் என்று பல பொறுப்புகளிலும் சிறப்பாகப் பணியாற்றினார். காந்தியடிகளின் கொள்கையினை ஏற்று, மதுவிற்கு எதிராகப் பிரசாரம் செய்ததோடு தனது தோட்டத்திலே இருந்த 500 தென்னை மரங்களில் இருந்து 'கள்' இறக்குவதைத் தடுத்து, அவற்றை அடியோடு வெட்டிச் சாய்த்தவர்தான் பெரியார். அது மட்டுமல்ல, கதர்த் துணிகளை தனது தலைமையிலே சுமந்து கொண்டு வீதி வீதியாக விற்ற பெருமையும் பெரியாருக்கு உண்டு.

நமது கொள்கைக்கும் காங்கிரசுக்கும் இனிமேல் ஒத்துவராது என்று சொல்லி 1937-ம் ஆண்டு காங்கிரசில் இருந்து விலகி வெளியே வந்து விட்டார் பெரியார். காங்கிரசிலே இருந்தபோது சாத்தூரில் நடைபெற்ற தாலுகா காங்கிரஸ் கமிட்டி மாநாட்டிலே பெரியார் கலந்து கொண்டபோது காமராஜர் அதிலே ஒரு தொண்டராக கலந்து கொண்டார். அப்போது இருவருக்கும் இடையே எவ்வித அறிமுகமும் இல்லை. அதே போன்று கேரளாவிலே, வைக்கம் என்ற ஊரிலே உள்ள ஒரு தெருவிலே தாழ்த்தப்பட்டோர் நுழையக்

கூடாதென்ற நிலை இருந்தபோது, பெரியார் தலைமையிலேதான் ஒரு மிகப்பெரிய போராட்டமே அங்கு நடந்தது. அப்போது அங்கிருந்த தனது தாய் மாமா கடையிலேதான் காமராஜர் பணியாற்றிக் கொண்டிருந்தார். பெரியார் நடத்திய போராட்டத்திலும் ஒரு பார்வையாளராக காமராஜர் கலந்து கொண்டார். அப்போதும் இருவருக்கும் இடையே எந்த உறவும் நட்பும் இல்லை என்ற நிலைதான் இருந்தது.

ராஜாஜி முதல்-அமைச்சராக இருந்தபோது, அவர் கொண்டு வந்த குலக்கல்வித் திட்டத்தை கடுமையாக எதிர்த்தவர்களில் காமராஜரும் ஒருவர். அப்போது காமராஜர் தமிழ்நாடு காங்கிரஸ் கமிட்டித் தலைவராக இருந்தார். காங்கிரஸ் கமிட்டித் தலைவராக இருந்து கொண்டு, ராஜாஜியை எதிர்க்கிற தைரியம் ஒருவருக்கு இருக்கிறதென்றால் அவர் நிச்சயம் சமநோக்கு உடையவராகத்தான் இருப்பார் என்பது காமராஜரைப் பற்றிய பெரியாரின் கணிப்பு அது.

ராஜாஜி பதவியை விட்டு விலகினால் அந்த இடத்திற்கு முதல் அமைச்சராக யார் வருவது? என்ற விவாதம் நடந்து கொண்டிருந்த நேரம் அது. அப்போது பெரிய தலைவராக விளங்கிய வரதராஜுலு நாயுடு போன்ற தலைவர்கள் எல்லோரும், காமராஜர், தான் முதல்-அமைச்சராக வரவேண்டும் என்று வற்புறுத்திய வண்ணம் இருந்தனர். ஆனால் பதவி ஆசை எதுவும் இல்லாத காமராஜர். தான் முதல்-அமைச்சராக வரவேண்டும் என்பதிலே எவ்வித ஆர்வமும் காட்டவில்லை. குலக்கல்வித் திட்டத்தை வாபஸ் வாங்கிக் கொண்டு ராஜாஜியே முதல் அமைச்சராக நீடிக்கட்டும் என்ற நிலைப்பாட்டிலேதான் காமராஜர் இருந்தார். ராஜாஜியை நேரில் சந்தித்து வற்புறுத்தவும் செய்தார். அன்றைக்கு இருந்த உண்மை நிலை அதுதான். ஆனால் காமராஜரின் நெருங்கிய நண்பர்கள் எல்லாம் காமராஜர் முதல் அமைச்சராக வரவேண்டும் என வற்புறுத்திக் கொண்டே இருந்தார்கள்.

இந்த சந்தர்ப்பத்தைப் பயன்படுத்திக் கொண்டு காமராஜர் முதல் அமைச்சராக வந்தால்தான், தமிழருக்கும், தமிழ்நாட்டிற்கும் விடிவு காலம் உண்டு என்பதை உணர்ந்திருந்த தந்தை பெரியார் நீங்கள்தான்

முதல் அமைச்சராக வரவேண்டும் என காமராஜரிடம், மிகவும் வேண்டிக் கொண்டதோடு, வற்புறுத்தவும் செய்தார். இறுதியில் இதைச் செய், அதைச் செய் என்று கட்சிக்காரர்கள் எனக்கு எந்த நெருக்கடியும் கொடுக்கக்கூடாது என்ற நிபந்தனை விதித்து அதற்குப் பிறகுதான் முதல் அமைச்சர் பொறுப்பினை ஏற்றுக் கொண்டார் காமராஜர் என்பதுதான் வரலாறு. ஆக காமராஜர் முதல்-அமைச்சராக வருவதற்கு பெரியார் ஓர் உந்து சக்தியாக இருந்தார் என்பது மறுக்க முடியாத, மறைக்க முடியாத வரலாறாகும்.

1937-ல் இருந்து காங்கிரசைக் கடுமையாக எதிர்த்த பெரியார், *1952*-லே நடந்த பொதுத் தேர்தலிலே, காங்கிரசை எதிர்த்து தீவிரப் பிரச்சாரம் மேற்கொண்டு குறிப்பாக தஞ்சை மாவட்டத்தில் தங்களுக்கிருந்த செல்வாக்கைப் பயன்படுத்தி, கம்யூனிஸ்டுகளை வெற்றி பெறச் செய்தார் பெரியார். காமராஜர் முதல்-அமைச்சரான பிறகு தனது நிலைப்பாட்டினை முற்றிலும் மாற்றிக் கொண்டு, காங்கிரசை கண்ணை மூடிக் கொண்டு ஆதரித்தார் என்பதுதான் வரலாறு.

காமராஜர் பதவி ஏற்ற மகிழ்ச்சியில் அதாவது 15.4.1954 அன்று விடுதலை நாளேட்டில் காமராஜர் ஆட்சியை வரவேற்று ஒரு பெரிய தலையங்கத்தை எழுதினார் பெரியார். அதை அப்படியே தருவது என்பது காமராஜரை எப்படிப் பெரியார் புரிந்து வைத்திருந்தார் என்பதை தெள்ளத் தெளிவாக உணர்த்துகிறது என்பதாலும் இந்த வரலாற்றினை வாசகர்கள் அறிந்து கொள்ள வேண்டுமென்பதற்காகவும், ஒருவரிகூட மாற்றாமல் அப்படியே தருகிறேன்.

“சாதியை ஒழிப்பதற்கு இது நல்ல தருணம். காமராஜர் அவர்கள் முதல் அமைச்சராகி இருக்கிறார். இவருக்கு சாதியை ஒழிப்பதில் தனி அக்கறை உண்டு என்பது நமக்குத் தெரியும். இதுபற்றி பல தடவை பேசியிருக்கிறார்’ என்று தனது தலையங்கத்தை தொடங்குகிறார் பெரியார்.

“சுயராஜ்யம் வந்த பிறகு சாதி வெறி பல மடங்கு வளர்ந்து விட்டதென பல தடவை கூறியிருக்கிறார். இந்த சாதி வெறியை ஒழிப்பதற்கு எது வேண்டுமானாலும் செய்யத் தயார் எனவும் பலதடவை

தெரிவித்திருக்கிறார். சாதி மாநாடுகளில் இவர் கலந்து கொள்வ தில்லை என்பது நம் நினைவு.

இப்பேர்ப்பட்டவர், இனிச் செய்கை மூலம் தம் லட்சியத்தைப் பெற வேண்டும். இதற்கான கால்கோள் விழாவை நடத்தி விட்டார் என்றே நாம் கருதுகிறோம். ஒரு குறிப்பிட்ட சாதிக்காகவே தோன்றிய இரண்டு அரசியல் கட்சிகளை (உழைப்பாளர் கட்சி மற்றும் காமன் வீல் கட்சி) தனது சாமர்த்தியத்தால் கலைக்கும்படி செய்து காங்கிரஸோடு இணக்கமாக இணைத்துக் கொண்டார். தனி சாதிக்காக ஒரு அரசியல் கட்சி என்ற அவமானத்தை போக்கிவிட்ட வகையில் இக்காரியம் சமுதாயத்துறையில் வரவேற்கப்படக் கூடிய ஒன்று என்பதே நம் கருத்து.

சாதி ஒழிப்பு உணர்ச்சியை மக்களிடையே பரப்புவதற்கு இது நல்ல தருணம். சுயமரியாதைக்காரர்களுக்கும் இது நல்ல தருணம். சட்டதிட்டங்கள் மூலம் முதல் அமைச்சர் இக்காரியத்தை சாதிக்க லாம். வழக்கமான பிரச்சாரத்தின் மூலம் சுயமரியாதைக்காரர்கள் இவருக்கு உதவியாக இருக்கலாம். புத்தர்கள், சித்தர்கள் பிரம்ம சமாஜ் தலைவர்கள், சமுதாய சீர்திருத்தவாதிகள் ஆகிய பலரால் சாதிக்க முடியாத ஒரு காரியத்தை ஒரு முதல் அமைச்சர் வெற்றி கரமாக செய்து முடித்துவிட்டார் என்ற நிலை ஏற்பட்டால் அது இந்திய வரலாற்றிலேயே இடம் பெறக்கூடிய சாதனை அல்லவா இது" என்று காமராஜருக்கு தந்தை பெரியார் புகழாரம் சூட்டி எழுதிய சிறப்பான தலையங்கம் இது. அன்றைய அரசியல் சூழலில் அனைவரையும் திரும்பிப் பார்க்க வைத்தது என்றே சொல்லலாம்.

இராஜாஜி கொண்டு வந்த குலக்கல்வித் திட்டத்தை எதிர்த்து திராவிடக் கழகத்தைச் சேர்ந்த 600 பேர் பாத யாத்திரை மேற் கொண்டு சென்னையை நோக்கி வந்தனர். இவர்கள் வெற்றி கிடைக்கும் என்று வந்தவர்கள் அல்ல. சிறைச்சாலை போவது நிச்சயம் என்று வந்தவர்கள். முதல் அமைச்சர் காமராஜரைப் பார்த்து தங்கள் கோரிக்கை மனுவை கொடுத்த போது, அனைவருக்கும் இருக்கை கொடுத்து அமர வைத்து, 'ஒன்றும் கவலைப்படாதீங்க நானும் உங்க ஆளுதான். நாளைக்கே உங்களுக்கு மகிழ்ச்சியான

செய்தி வரும்' என்று அவர்களை அனுப்பி வைத்தார் காமராஜர். ஆச்சரியத்தில் திராவிடக் கழகத்தினர் உறைந்து போய்விட்டார்கள்.

மறுநாளே ராஜாஜி கொண்டு வந்த 'குலக்கல்வி திட்டம் ரத்து' என்று அரசாணை பிறப்பித்து விட்டார் காமராஜர். பத்திரிகையில் இந்தச் செய்தியைப் பார்த்த தந்தை பெரியார் காமராஜர் முதல் அமைச்சராகப் பொறுப்பேற்று முதன் முதலாகச் செய்த சாதனை இது. நம் மக்களுக்குச் செய்த பேருதவியாகும். இது மட்டும் நடக்க வில்லை என்றால் நம்மில் பல பேர் சுடப்பட்டு இருப்பார்கள். சிலர் தூக்கு மேடை ஏற வேண்டிய நிலை ஏற்பட்டிருக்கும். அப்படிப் பட்ட அசம்பாவிதங்கள் நடைபெறாமல் காமராஜர் தடுத்து விட்டார் என்று பெரியார் பாராட்டி மகிழ்ந்தார்.

காமராஜருக்கும், எனக்கும் மிகப்பெரிய நெருக்கம் இருக்கிற தென்றும் தினம் பேசிக் கொள்கிறோம். அடிக்கடி சந்தித்துக் கொள் கிறோம் என எல்லோரும் நினைத்துக் கொண்டிருக்கிறார்கள். அது உண்மையல்ல. அவர் முதல் அமைச்சராக வருவதற்கு முன்பு இரண்டு மூன்று வருடங்களாகத்தான் அவரைப் பற்றி ஓரளவு தெரியும். அரக்கோணத்தில் ஒரு தடவை பார்த்தேன். மேயர் வீட்டில் ஒரு தடவை பார்த்தேன். எனது பிறந்த நாளுக்கு வாழ்த்துச் சொல்ல வந்த போது ஒருமுறை பார்த்தேன். அவ்வளவுதான்.

அவரும் என்னைப் போலவே மொட்டை மரம். எனக்காவது திருமணம் உண்டு. அவருக்கு அதுவும் இல்லை. பெற்றெடுத்த தாயார் உண்டு. ஆனால் அவர் பெயரில் சொத்து சுகம் எதுவும் இல்லை என்றெல்லாம் காமராஜரின் தியாக வாழ்க்கை பற்றிக் குறிப்பிட்டு கூட்டங்களில் பேசினார் தந்தை பெரியார்.

இப்படிப்பட்ட ஒருவர்தான் நமக்கு வேண்டும். 1937-ல் இருந்து 1954 வரை (அதாவது முதல் அமைச்சராக காமராஜர் பொறுப்பேற்கும் வரை) எப்படிக் கடுமையாக காங்கிரசை எதிர்த்தேனோ, அதே போல காமராஜர் இந்த தமிழ்த் சமுதாயத்திற்குச் செய்யும் நன்மை களுக்காக வருகிற தேர்தலில் காங்கிரசை ஆதரிக்கப் போகிறேன் என்று பேசினார் பெரியார்.

தற்போது சட்டமன்ற உறுப்பினராக இல்லாமல்தான் முதல் அமைச்சராகி இருக்கிறார் காமராஜர். தேர்தலில் நின்று வெற்றி பெற்றால்தானே முதல் அமைச்சர் பொறுப்பிலே நீடிக்க முடியும். மேலவை உறுப்பினராக வந்து முதல் அமைச்சர் பொறுப்பிலே நீடிப்பதை காமராஜர் விரும்பவில்லை. நேரடியாக மக்களைச் சந்தித்து வாக்குக் கேட்டு, வெற்றி பெற்று பதவியில் அமர்வதே ஜனநாயக முறை என்று சொல்லி அப்போது காலியாக இருந்த குடியாத்தம் தொகுதியில் போட்டியிடப் போவதாக அறிவித்தார் காமராஜர், நேரடியாக தொகுதிக்கே சென்று மக்களைச் சந்தித்து வாக்குச் சேகரித்தார். அந்தத் தேர்தலில் காங்கிரஸ் பெரியாரின் ஆதரவைக் கோரவில்லை. ஆனால் யாருடைய வேண்டுகோளையும் எதிர்பார்க்காமல் காமராஜரை ஆதரித்துப் பேசினார் பெரியார். திராவிடர் கழகம் தானாகவே முன்வந்து இந்த ஆதரவைத் தெரிவித்தது. ஆத்தூரிலே ஒரு கூட்டத்திலே பேசிக் கொண்டிருந்த போதுதான் இந்த அறிவிப்பினை வெளியிட்டுப் பேசினார் தந்தை பெரியார்.

அப்போது மிகவும் பிரபலமாக விளங்கியவர் டாக்டர் பி.வரதராஜுலு நாயுடு. காங்கிரசிலே மிகவும் முக்கியமான தலைவராக விளங்கியவர். பெரியாருக்கும். காமராஜருக்கும் மிக நெருக்கமான நண்பராக இருந்தவர். அவருடைய பிறந்த நாள் விழா 21.11.1955 அன்று ராஜாஜி ஹாலிலே நடைபெற்றது. அந்த விழாவிலே தந்தை பெரியாரும், முதல் அமைச்சராக இருந்த காமராஜரும் கலந்து கொண்டதும், இருவரும் சந்தித்துக் கொண்டதும் ஒரு முக்கியமான நிகழ்வாகும்.

அந்த விழாவிலே பெரியார் பேசிய பேச்சு, மிகவும் குறிப்பிடத்தக்க பேச்சாகும். அதனையும் நமது வாசகர்களின் பார்வைக்கு அப்படியே தருகிறேன்.

"தலைவர் காமராஜர் என்னைப் பற்றிக் குறிப்பிட்டார். அதற்கு எனது நன்றியைத் தெரிவித்துக் கொள்கிறேன். காமராஜரிடம் அன்பு கொண்டு, என்னால் முடிந்த வழிகளில் அவருக்கு ஆதரவு கொடுத்து வருகிறேன். காரணம் அவர் சில விஷயங்களில் தமிழன் என்ற

உணர்வோடும், உணர்ச்சியோடும் ஆட்சி நடத்துகின்றார். அதனால், சிலருக்கு பொறாமை ஏற்பட்டு வகுப்புக் காரணமாக சில எதிரிகள் இருந்து கொண்டு அவருக்கு தொல்லை கொடுத்து வருகிறார்கள். அப்படி அவர்கள் கொடுக்கிற தொல்லைகள் ஒரு போதும் வெற்றி பெற்று விடக்கூடாது. வெற்றி பெற்றுவிட்டால் தமிழர்களின் நிலைமை மிக மிக மோசமாகிவிடும்.

உத்தியோகத் துறையில் நமது தமிழர்களுக்கு மிகப்பெரிய பின்னடைவு ஏற்பட்டுவிடும். அப்படிப்பட்ட பின்னடைவு ஏற்படாமல் இருக்க நமது இனத்தை காப்பாற்ற முதல்-அமைச்சர் பொறுப்பிலே இருக்கிற காமராஜரால் மட்டுமே அது முடியும். இந்த கருத்தினை ஏற்கனவே காமராஜர் தன்னகத்தே கொண்டிருப்பதால் அதற்காக அவர் பாடுபடுவதை, ஏதோ எனக்கு அவர் ஆதரவு தருவது போல சிலர் பேசுகிறார்கள்.

நான் அரசியல் தொண்டனல்லன். நான் ஒரு சமுதாய நலத் தொண்டன். அதிலும் நமது தமிழ் மக்களின் நலனுக்காக பாடு படுகிற தொண்டன். அதை முன்னிட்டு அரசியல் என்பதை எந்த அளவுக்கு வேண்டுமானாலும் எதிர்க்கவும் விட்டுக் கொடுக்கவும் நான் துணிவேன். காமராஜருக்கும் எனக்கும் கட்சி அளவில் கருத்து வேறுபாடுகள் இருந்தாலும் தமிழர் நலன் என்று வரும்போது இருவருமே ஒத்த கருத்துடையவர்களாக இருக்கிறோம். மற்றபடி எங்கள் இருவருக்கும் இடையே எந்த சுயநல நோக்கம் எதுவுமே இல்லை" என்று அந்த விழாவிலே பெரியார் பேசியது குறிப்பிடத் தக்கது.

பெரியார் இது போல காமராஜரை பற்றி அவரது சாதனைகள் பற்றி பல இடங்களில் பேசியிருக்கிறார். அடுத்த தொடரில் அதனை விரிவாக பார்க்க இருக்கிறோம். அதே சமயத்தில் பெரியாரைப் பற்றி காமராஜர் பேசிய பேச்சினையும் நாம் பார்க்க வேண்டும் அல்லவா. அது தானே சரியான பார்வையாக இருக்க முடியும். திருச்சியில் உள்ள வரகனேரி என்ற இடத்தில் பள்ளத்தெரு என்ற இடத்தில் அந்த பெயரை மாற்றி விட்டு பெரியார் நகர் என்ற பெயர் சூட்டி அதனை திறந்து வைத்து காமராஜரை பேசுவதற்கு அழைத்

திருந்தார்கள். அப்போது காமராஜர் பெரியாரை பற்றி ரத்தின சுருக்கமாக பேசியது குறிப்பிடத்தக்கது.

ஜாதி பேதமற்ற சமுதாயத்தை தனது வாழ்நாளிலே கண்டுவிட வேண்டும் என்று பாடுபட்டுக் கொண்டிருக்கிற பெரியாரின் பெயரை இங்கே நீங்கள் சூட்டி இருப்பது மிகவும் பொருத்தமானது. அதற்காக தானே அவர் போராடிக் கொண்டிருக்கிறார். கேரளாவில் வைக்கம் நகரில் தீண்டாமை ஒழிப்பு போராட்டத்தை முன் நின்று நடத்தியவரே பெரியார் தான். அதனால் தான் தமிழ் தென்றல் திரு.வி.க. பெரியாரை 'வைக்கம் வீரர்' என்ற பட்டம் சூட்டி அழைத்தார்.

ஜாதி ஒழிப்புக்கு சட்டம் போட்டு ஒரு சமூகத்தை மாற்றி அமைத்து விட முடியாது. அதற்கு ஜனங்களின் ஒத்துழைப்பு மிக மிக அவசியம். முதலில் மூடப்பழக்க வழக்கங்களில் இருந்து நாம் விடுபட வேண்டும். அதற்காகத்தான் பெரியார் பாடுபட்டுக் கொண்டிருக்கிறார். அப்படிப்பட்ட பெரியார் நீடூடி வாழ்ந்து சேவை செய்ய வேண்டும் என்று வாழ்த்துகிறேன் என்று பேசி முடித்தார் பெருந்தலைவர் காமராஜர்,

◻

12
பத்திரிகையாளர்களால் பெயர் சூட்டப்பட்ட 'சிண்டிகேட்'

தற்செயலாக பத்திரிகையாளர்களால் சூட்டப்பட்ட 'சிண்டிகேட்' என்ற பெயரே பின்னாளில் நிலைத்துவிட்டது.

குடியரசு தலைவராக இருந்த ஜாகிர் உசேன் எதிர்பாராத விதமாக 1969 ஆம் ஆண்டு மே மாதத்தில் காலமான துயரமான நிகழ்வு நடந்தது.

நாகர்கோவில் தேர்தலில் பெற்ற வெற்றி... காமராஜரை உயர்த்திப் பிடித்தது. இந்திரா காந்தி உட்பட அகில இந்திய தலைவர்கள் உட்பட அனைவருமே பெரும் மகிழ்ச்சி அடைந்தனர். ஆனால் அந்த மகிழ்ச்சி நீண்ட நாட்களுக்கு நீடிக்கவில்லை.

நேரு உயிரோடு இருந்த காலத்திலேயே மூத்த தலைவர்களாக விளங்கிய காமராஜர், சஞ்சீவ ரெட்டி, நிஜலிங்கப்பா, எஸ்.கே. பாட்டில், அதுல்யா கோஷ், ஒய்.பி.சவான் போன்ற தலைவர்கள் அடிக்கடி சந்தித்து, நேருவுக்கு பின்னர் கட்சியை எப்படி வழி நடத்துவது பலப்படுத்துவது என்பது குறித்து மாதத்திற்கு ஒரு முறை அல்லது இரு முறை விவாதிப்பதை வாடிக்கையாக கொண்டிருந்தனர்.

ஒருமுறை இவர்கள் அனைவரும் திருப்பதியில் சந்தித்து விவாதித்த நிகழ்வு ஏடுகளில் பெரிதாக இடம் பெற்றிருந்தது. சில நேரங்களில் பத்திரிக்கையாளர்களே சில சம்பவங்களை விவரிக்கும் பொழுது ஒரு குறிப்பிட்ட பெயரை சூட்டி தலைப்புச் செய்தியாக்கி விடுவார்கள். அப்படி சூட்டப்பட்ட பெயர் தான் 'சிண்டிகேட்' என்பது. இப்படி தற்செயலாக பத்திரிகையாளர்களால் சூட்டப் பட்ட 'சிண்டிகேட்' என்ற பெயரே பின்னாளில் நிலைத்துவிட்டது. இந்திராவுக்கு எதிராக சிண்டிகேட் தலைவர்கள் கூடிப் பேசு கிறார்கள் என்ற நோக்கிலே தான் அது பார்க்கப்பட்டது. ஆனால் அது முற்றிலும் தவறான கண்ணோட்டமாகத்தான் அப்போது இருந்தது. சிண்டிகேட் தலைவர்களின் நோக்கம் எல்லாம் கட்சியை பலப்படுத்துவது ஒன்றுதான்.

ஆனால்... காலப்போக்கில் இந்திரா காந்தி பிரதமர் பொறுப்பேற்ற தற்கு பின்னால் அவர் கட்சியை கலந்து பேசாமல் எடுத்த நடவடிக்கைகள் கட்சியின் மூத்த தலைவர்களுக்கு அதிருப்தியை ஏற்படுத்தியதால் 'சிண்டிகேட்' என்ற அமைப்பு உண்மையிலே வலுவாகி விட்டது. இவர்களின் கூட்டுத்தலைமையை இந்திரா காந்தி விரும்பவில்லை.

தன்னை எதிர்ப்பதற்காக இவர்கள் எல்லாம் ஒன்று சேர்ந்து செயல்படுகிறார்கள் என்ற ஐயத்தை இந்திராவின் மனதில் விதைத்து விட்டது என்றே சொல்லலாம்.

அந்த நேரத்திலே தான் அப்போது குடியரசு தலைவராக இருந்த ஜாகிர் உசேன் எதிர்பாராத விதமாக 1969 ஆம் ஆண்டு மே மாதத்தில் காலமான துயரமான நிகழ்வு நடந்தது. விளைவு அடுத்த குடியரசுத் தலைவர் யார் என்ற சூழ்நிலை உருவானது. காங்கிரசின் ஆட்சி மன்ற குழு கூடி விவாதித்தது. அப்போது துணை ஜனாதிபதியாக இருந்த வி.வி.கிரியை அல்லது ஜெகஜீவன் ராமை ஜனாதிபதியாக ஆக்க வேண்டும் என இந்திரா காந்தி விரும்பினார்.

ஆனால் வாக்களித்த காரிய கமிட்டி உறுப்பினர்கள் ஆறு பேர்களில் நான்கு பேர், அதாவது காமராஜர், எஸ்.கே.பாட்டில், மொரார்ஜி தேசாய், ஒய்.பி.சவான் ஆகியோர் சஞ்சீவ ரெட்டி தான் ஜனாதிபதி

யாக வர வேண்டும் என வாக்களித்தார்கள். நிஜலிங்கப்பா காங்கிரஸ் தலைவராக இருந்ததால் வாக்களிக்காமல் அவர் நடுநிலை வகித்தார். அதேபோன்று வேட்பாளர் பட்டியல் பரிசீலனையில் ஜெகஜீவன் ராம் பெயர் இருந்ததால் அவரும் வாக்களிக்கவில்லை. வி.வி.கிரிக்கு ஆதரவாக இந்திரா, பக்ருதீன் அலி அகம்மது இந்த இருவர் மட்டுமே வாக்களித்ததால் சஞ்சீவ ரெட்டிக்கு சாதகமான சூழ்நிலையே உருவானது. எனவே வேறு வழியில்லாத சூழ்நிலை யில் சஞ்சீவ ரெட்டியை குடியரசு தலைவர் வேட்பாளராக அறிவிக்கும் படியும் அவரது பெயரை தானே முன்மொழிவதாகவும் சொல்லிவிட்டு கிளம்பிவிட்டார் இந்திரா.

ஆனால் இந்திராவின் உள் மனதில் கோபம் கொழுந்து விட்டு எரிந்து கொண்டிருந்தது. தனது கோபத்திற்கு தீர்வு காணவும் வேண்டும். அதே சமயம், தலைவர்களும் பொதுமக்களும் தன்னை ஆதரிக்கவும் வேண்டும் என்று தீர்மானித்து துணை ஜனாதிபதியாக இருந்த வி.வி.கிரி மூலம் இந்தியாவில் இருந்த முக்கியமான 14 வங்கிகளை தேசியமயமாக்கும் அறிவிப்பினை அதிரடியாக வெளி யிட்டு அதிர்வலைகளை ஏற்படுத்தினார் இந்திரா காந்தி.

வங்கிகள் தேசிய மயமாக்கப்பட வேண்டும் என்பது நீண்ட நாட் களாக நிலுவையில் இருந்த கோரிக்கை தான். காமராஜரின் விருப்பமும் அதுதான். மொரார்ஜி தேசாயை தவிர அனைவருமே இந்திராவின் இந்த நடவடிக்கையை ஆதரித்தனர். இந்த நடவடிக்கை எடுத்த கையோடு வங்கிகளை தேசிய மயமாக்குவதற்கு ஆரம்பத்தில் இருந்தே எதிர்ப்பு தெரிவித்து வந்த மொரார்ஜி தேசாயின் நிதி அமைச்சர் பதவியையும் பறித்துவிட்டார் இந்திரா.

உட்கட்சி பூசலை திசை திருப்பவும் தனக்கு மக்கள் மத்தியில் பலம் சேர்த்துக் கொள்ளவும் ‘பொருளாதாரப் புரட்சி’ என்ற பெயரில் எடுக்கப்பட்ட சரியான நடவடிக்கை இது என்று... குறிப்பாக பத்திரிகையாளர்களால் விமர்சிக்கப்பட்டது.

சஞ்சீவ ரெட்டி ஜனாதிபதி பதவிக்கு ஒரு மனதாக தேர்வு செய்யப் பட வேண்டிய இந்த நேரத்தில் இப்படி நிகழ்ந்து விட்டதே என்ற கவலையில் இந்திராவை சந்தித்து மொரார்ஜியின் பதவி நீக்கத்தை

வாபஸ் பெறும்படி கேட்டுக் கொண்டார் காமராஜர். ஆனால் சஞ்சீவ ரெட்டியை தான் ஆதரிக்க வேண்டுமானால் மொரார்ஜிக்கு பதவி கொடுக்கும்படி வற்புறுத்த கூடாது என்று கறாராக சொல்லி விட்டார் இந்திரா. ஆனால் சஞ்சீவ ரெட்டியை ஜனாதிபதி ஆக்குவது என்றெடுத்த முடிவு காங்கிரஸ் காரிய கமிட்டி எடுத்த முடிவு... கட்சி எடுத்த முடிவு என்பதை நீங்கள் கவனத்தில் கொள்ள வேண்டும் என்பதை நாசூக்காக சொல்லிவிட்டு வந்துவிட்டார் காமராஜர்.

பொதுவாக இப்படிப்பட்ட சூழ்நிலைகள் உருவாகும்போது ஜனாதிபதி வேட்பாளரான சஞ்சீவ ரெட்டிக்கு ஆதரவு திரட்டும் வகையில் எதிர்க்கட்சிக்காரர்களிடமும் ஆதரவு திரட்டுவது என்பது வழக்கமான நடைமுறைதான். காங்கிரஸ் தொழிற்சங்கத்தை சார்ந்த அர்ஜுன் அரோராவும், சாந்தி பூஷனும் அந்த வகையில் சன சங்கம் சுதந்திராக் கட்சியின் ஆதரவை கோரி இருந்தார்கள். இது கட்சிக் குள்ளே பெரும் புயலை கிளப்பியது. ஜெகஜீவன் ராமும், பக்ருதீன் அலி அகமதுவும் எதிர்க்கட்சிக்காரர்களின் ஆதரவு கோரிய இந்த நடவடிக்கையை கண்டித்து காங்கிரஸ் தலைவர் நிஜலிங்கப்பாவுக்கு கடிதம் எழுதி பிரச்சனையை பூதாகரமாக ஆக்கிவிட்டனர். காங்கிரஸ் கட்சிக்கு எதிரான கொள்கை கொண்டவர்களிடம் ஆதரவு கேட்பது மிகப்பெரிய வெட்கக்கேடு... இதற்கு தக்க நடவடிக்கை நீங்கள் மேற்கொண்டால் ஜனாதிபதி தேர்தலில் நாங்கள் சுதந்திரமாக வாக்களிப்போம் என்று போர் கொடி தூக்கினர். எது சாக்கு என்ற நினைத்துக் கொண்டிருந்தவர்களுக்கு அவல் கிடைத்துவிட்டது.

பார்லிமென்டில் நம்பிக்கை இல்லாத் தீர்மானம் வருகிற போதெல்லாம் இப்படி எதிர்கட்சிகளிடம் கொள்கை வித்தியாசம் பாராமல் ஆதரவு கோறுவது என்பது வழக்கமான ஒன்றுதான் என்று எவ்வளவோ நிஜலிங்கப்பா எடுத்துச் சொல்லியும் இந்திராவின் ஆதரவாளர்கள் அதனை ஏற்றுக் கொள்ளவில்லை. மாறாக துணை ஜனாதிபதி ஆக இருந்த வி.வி.கிரியை ராஜினாமா செய்ய சொல்லி ஏற்கனவே இந்திராவால் முன்மொழியப்பட்ட சஞ்சீவ ரெட்டிக்கு எதிர் வேட்பாளராக கொண்டு வந்து நிறுத்தி மனசாட்சிப்படி ஓட்டு

போடுகிற புதிய நடைமுறையை கொண்டு வந்து நிறுத்தி, எல்லோரையும் அதிர்ச்சிக்குள்ளாக்கி அதிலே வெற்றியும் பெற்று விட்டனர். இவை அனைத்தும் இந்திரா காந்தியின் அனுமதியோடு தான் வேக வேகமாக நடந்து முடிந்தது. மூத்த தலைவர்கள் அனைவரும் இந்திராவின் இந்த போக்கினை கண்டு அதிர்ச்சி அடைந்தார்கள்.

காங்கிரஸ் கட்சியின் கொள்கையை மாற்றுக் கட்சியிடம் அடகு வைக்கின்ற போக்கினை நான் ஏற்கவில்லை. எனவே வி.வி.கிரிக்கு ஆதரவாக மனசாட்சிப்படி வாக்களிப்பதில் தவறில்லை என்று நிஜலிங்கப்பாவுக்கு கடிதம் எழுதினார் இந்திரா காந்தி. ஆட்சி அதிகாரம் தனது கைகளில் இருந்ததால் காற்று தனக்கு சாதகமாக வீசும் திசையை நோக்கி கப்பலை செலுத்தி அதிலே வெற்றியும் பெற்று விட்டார் இந்திரா காந்தி.

1969 ஆகஸ்ட் 13-ம் நாளில் நடைபெற்ற தேர்தல் முடிவுகள் ஆகஸ்ட் 21-ல் அறிவிக்கப்பட்டது. வி.வி.கிரிக்கு 4,20,077 வாக்குகளும் சஞ்சீவ ரெட்டிக்கு ஆதரவாக 4,05,047 வாக்குகளும் கிடைத்தன. வித்தியாசம் குறைந்த அளவிலே இருந்தாலும் வெற்றி வெற்றி தானே. தி.மு.கழகமும் கம்யூனிஸ்ட் கட்சிகளும் அகாலி தளமும் வி.வி.கிரியை ஆதரித்து வாக்களித்தது என்பது குறிப்பிடத்தக்கது.

எனவே குடியரசு தலைவர் தேர்தலில் சிண்டிகேட் அணிக்கு ஏற்பட்ட பின்னடைவும் தோல்வியும் பின்னாளில் பெரும் வீழ்ச்சிக்கு வழி வகுத்துவிட்டது என்று சொல்லலாம். எந்த சூழ்நிலையிலும் கட்சி உடைந்து விடக்கூடாது. பிரச்சனைகள் எதுவாக இருந்தாலும் அதனை பேசி தீர்த்துக் கொள்ள வேண்டும். கட்சியின் ஒற்றுமை குலைந்து விட்டால் அது நாட்டையே பாதிக்கும் என்று காமராஜ ருக்கு ஏற்பட்ட கவலை, தீர்வு காண முடியாத கவலையாகவே ஆகிவிட்டது.

கட்சிக்கட்டுப்பாட்டினை மீறி, ஆட்சிமன்றக் குழு எடுத்த முடிவினையும் மீறி, கட்சியின் அதிகாரபூர்வ வேட்பாளரைத் தோற்கடித்தது மன்னிக்க முடியாத குற்றமாகும். மேலும், கட்சியின் மேலிடத் தலைவர்கள் வெளிப்படையாக எல்லோரின் ஆதரவை

யும் கோரியதை பிரச்சனை ஆக்கி எதிர்க்கட்சியோடு ரகசிய உறவு கொண்டதாக பழி சுமத்தியதும் ஒருபோதும் மன்னிக்க முடியாத மாபெரும் குற்றமாகும். இந்தக் குற்றத்தைச் செய்த இந்திரா காந்தியை பிரதமர் பதவியில் இருந்து பதவி நீக்கம் செய்தாக வேண்டும். இதற்குத் துணைபோன ஜெகஜீவன்ராம், பக்ருதீன் அலி அகமது போன்ற தலைவர்கள் மீதும் நடவடிக்கை எடுத்தாக வேண்டுமெனத் திட்டவட்டமாக மூத்த தலைவர்கள் தெரிவித்தனர். இதிலே எவ்வித சமரசத்திற்கும் இடமே இல்லை என்று உறுதிபட அறிவித்தனர்.

நடந்தது நடந்து விட்டது... பிளவுபடுவதில் இருந்து கட்சியைக் காப்பாற்றியாக வேண்டும், எல்லோரும் ஒற்றுமையாகச் செயல்பட வேண்டும் என்று ஒய்.பி.சவான், பிரமானந்த ரெட்டி, உ.பி. முதல்வர் சி.பி.குப்தா போன்ற தலைவர்கள் எடுத்த முயற்சி வெற்றி பெறவில்லை.

1969 ஆகஸ்ட் 25 ஆம் நாள் காங்கிரஸ் கமிட்டியின் காரியக் கமிட்டிக் கூட்டம் நடைபெற்றது. குடியரசுத் தலைவர் தேர்தலின் போது இரண்டு அணியினரும் நடந்து கொண்ட விதம் பற்றி விவாதிக்கப்பட்டது. கட்சித் தலைவருக்கும் ஆட்சிக்கு தலைமை தாங்கும் பிரதமருக்கும் முக்கிய பொறுப்புகள் உள்ளன. ஒருவருக் கொருவர் போட்டியாளர்கள் அல்ல... இருவரும் ஒருவரை யொருவர் மதித்து, கட்சியின் நற்பெயருக்கு களங்கம் ஏற்படுவதை தவிர்த்து ஒற்றுமையுடன் செயல்பட வேண்டும் என்று ஒரு பொது வான தீர்மானம் நிறைவேற்றப்பட்டதில் எல்லோருக்கும் மகிழ்ச்சி ஏற்பட்டது.

ஆனால் அந்த மகிழ்ச்சி நீண்ட நாட்கள் நீடிக்கவில்லை. மொரார்ஜியை மீண்டும் நிதி அமைச்சராக்குவதற்கு முடியாது என்று இந்திரா மறுத்துவிட்டார். யாரை அமைச்சராக்குவது அல்லது நீக்குவது என்பது பிரதமரின் தனிப்பட்ட அதிகாரம்... இதில் கட்சி தலையிட முடியாது என்பதை தெளிவுபட உரைத்துவிட்டார் இந்திரா.

இதனால் கட்சியின் விரிசல் மீண்டும் விசுவரூபம் எடுத்தது. காமராஜ ரால் ஆளாக்கப்பட்டு வாய்ப்பளிக்கப்பட்டு படிப்படியாக வளர்ந்து

நின்ற சி.சுப்ரமணியம் இந்தப் பிரச்சனையில் இந்திரா பக்கம் நின்றதை தமிழக காங்கிரசார் கடுமையாக எதிர்த்ததோடு, தமிழக காங்கிரஸ் தலைவர் பதவியில் இருந்து நீக்க வேண்டுமென போர்க் கொடி தூக்கினர். விளைவு கக்கன்ஜி தமிழக காங்கிரஸ் தலைவராக நியமிக்கப்பட்டார்.

இந்திராகாந்தி தமிழ்நாட்டில் 1969 அக்டோபர் 3 முதல் 6 வரை செய்ய இருந்த சுற்றுப்பயணம் பற்றி காமராஜரை கலந்து பேசாமல் தன்னிச்சையாக செயல்பட்டதால் ஏற்பட்ட விளைவு இது. இது போல பல மாநிலங்களில் தலைவர்களை மாற்ற வேண்டிய நிலைமை ஏற்பட்டது. இந்திராவும் தனது பங்குக்கு சிண்டிகேட் தலைவர்களுக்கு ஆதரவாகச் செயல்பட்ட சில அமைச்சர்களை நீக்கினார். அவர்களில் எம்.எஸ்.குருபாதசாமி, பிரேமல்கோஷ், ஜே.பி.முத்யால்ராவ், ஜெகநாத பாடியா முக்கியமானவர்கள். நிஜலிங்கப்பா கூட்டிய காரியக் கமிட்டி கூட்டத்திற்குச் செல்லாமல் இந்திரா அணியினர் அதிரடியாக தனியாக ஒரு கூட்டத்தை நடத்தினர். இப்படிக் கட்சி விதிகளுக்கு எதிராக கூட்டம் நடத்துவது, கட்சியின் ஒற்றுமையை பலவீனப்படுத்துவதாகும். மன்னிக்க முடியாத குற்றமாகும். எனவே நீண்ட விவாதத்திற்குப் பிறகு 1969 நவம்பர் 12-ம் நாளன்று, கட்சியின் ஒழுங்கு நடவடிக்கை குழுவின் பரிந்துரைப்படி, பிரதமர் இந்திராவை கட்சியின் அடிப்படை உறுப்பினர் பதவியில் இருந்து மிகுந்த வருத்தத்துடன் நீக்குகிறது என்ற அறிவிப்பை அகில இந்திய காங்கிரஸ் கமிட்டி வெளியிட்டது.

இனிமேல் காங்கிரஸ் பாராளுமன்ற காங்கிரஸ் தலைவராக இந்திரா தொடர முடியாது. பிரதமர் பதவியிலும் நீடிக்க முடியாது என்ற நிலை உருவானது. ஆனால் ஏராளமான பாராளுமன்ற உறுப்பினர்கள் இந்திரா காந்தியின் பக்கம் நின்றதால் அவருடைய பிரதமர் பதவிக்கு எந்த ஆபத்தும் இல்லை என்பதும் தெளிவாகியது. எனவே பிளவுக்குப் பிறகும் இந்திராவின் 'கை' ஓங்கியதால் சிண்டிகேட் தலைவர்களால் அவரைக் கட்டுப்படுத்த முடியவில்லை.

எந்தக் காங்கிரசை வலுப்படுத்தி ஒற்றுமைப்படுத்தி நிலை நிறுத்த வேண்டுமென காமராஜர் நினைத்தாரோ அந்த ஆசையெல்லாம்

நிராசையாகப் போய் விட்டதே என்று வருத்தமுற்றார் காமராஜர். ஆனால் இன்றில்லை என்றாலும் என்றாவது ஒருநாள் காங்கிரஸ் ஒரே இயக்கமாக இயங்கும் என்ற நம்பிக்கையை மட்டும் காமராஜர் இழக்கவில்லை, மனதிலே ஒரு ஓரமாக இருந்தது.

□

13
காமராஜரைக் கொல்ல முயற்சி

அண்ணல் காந்தியடிகள் பிறந்த நாளில் தான் தென்னாட்டு காந்தியடிகளான பெருந்தலைவர் காமராஜர் மறைந்தார்.

அதுமட்டுமா? அண்ணல் காந்தியடிகள் உயிரைக் குடித்த இந்துத்துவ வெறிக் கும்பல் தான் பெருந்தலைவர் காமராஜரையும் டெல்லியில் உயிரோடு தீ வைத்து எரித்து படுகொலை செய்ய முயன்றது என்று வரலாறு கூறுகிறது.

1966 ஆம் ஆண்டு இந்தியாவில் பசுவதைத் தடைச் சட்டத்தை அமல் படுத்த வேண்டும் என்று சாமியார்கள் கோஷ்டி தீவிரமாக வலியுறுத்திய தருணம்.... இதற்காக டெல்லியில் பல்லாயிரக்கணக் கான சாமியார்கள் ஆதரவுடன் பூரி சங்கராச்சாரியார் உண்ணா விரதம் என அறிவிக்கப்பட்டது.

நாடு கொந்தளித்து கொண்டிருந்தது. அப்போது பசுவதைத் தடைச் சட்டத்தை முன் வைத்து ஜனசங்கம் ஆர்.எஸ்.எஸ். இயக்கங்கள் மத அரசியல் செய்வதை வன்மையாக கண்டித்து பேசிக் கொண்டிருந் தார் காமராஜர்.

அதில் உச்சமாக காமராஜர் சொன்னது நம்மை காட்டுமிராண்டி காலத்துக்கு இழுத்துட்டுப் போறாங்க என்பதுதான். இதனைக் காங்கிரஸ் காரியக் கமிட்டியில் பகிரங்கமாகவே பேசினார் காமராஜர்.

அவ்வளவுதான். காமராஜர் சொன்னதை செயலில் காட்டுகிறோம் என்பதைப் போல வன்முறைக் காத்தடித்தது. பசுவதைத் தடைச் சட்டம் கோரிய கும்பல். அந்த நாளும் வந்தது.

1966 ஆம் ஆண்டு நவம்பர் மாதம் 7 ஆம் தேதி டெல்லி வீதிகளில் பசுவதைத் தடை கோரிய கும்பல் வன்முறை வெறியாட்டம் போட்டது. டெல்லி இர்வின் மருத்துவமனையில் வன்முறையை துவங்கிய இந்தக் கும்பல் நாடாளுமன்றத்தைத் தாக்கும் நோக்கத் துடன் மெல்ல மெல்ல நகர்ந்து போனது.

அப்போது நாடாளுமன்றத்தை சுற்றி வளைத்து தாக்குதல் நடத்துங்கள் என அறைகூவல் விடுத்த எம்.பி.க்களையும் பார்த்து நாடு அதிர்ச்சியில் உறைந்தது. இதுதான் இந்தியாவில் நாடாளு மன்றம் மீதான முதல் தாக்குதல் என்பது சரித்திரம்.

டெல்லி வீதிகளில் ஈட்டிகள், திரிசூலங்கள் சகிதமாக நிர்வாண சாதுக்கள் தலைமையில் தான் இந்த வன்முறை போராட்டம் நடந்தேறியது. கண்ணில் பட்ட இடங்களை எல்லாம் தீயிட்டு எரித்தது இந்தக் கும்பல். வானொலி நிலையம், PT1 அலுவலகம் என எதுவும் தப்பவில்லை.

இப்போது அந்த கும்பல் பார்வை அகில இந்திய காங்கிரஸ் கமிட்டி அலுவலகம், டெல்லி காமராஜர் இல்லம் ஆகியவற்றை இலக்கு வைத்தது. இந்த இரு இடங்களிலுமே திட்டமிட்டு ஏற்கனவே குண்டர் கும்பலை நிறுத்தி வைத்திருந்தது பசுவதை தடை கோரிய சாதுக்கள் கோஷ்டி.

டெல்லி இல்லத்தில் பகல் உணவை முடித்து விட்டு ஓய்வெடுத்துக் கொண்டிருந்தார் காமராஜர். அப்போது பெரும் கூச்சலுடன் சாதுக்கள் கும்பல் ஒன்று காமராஜர் பங்களாவுக்குள் நுழைந்தது. பாதுகாவலர்கள் தடுத்தார்கள். துப்பாக்கியால் வானத்தை நோக்கிச் சுட்டனர்.

அடங்குமா அந்த கூட்டம்? காமராஜர் உள்ளே இருப்பதை உறுதி செய்து கொண்டு வெறிகொண்டு பாய்ந்தது. சரமாரி கற்களை வீசின. காமராஜரின் உதவியாளர் அம்பி எனும் வரதராஜன் தாக்கப்பட்டு குற்றுயிராக வீசப்படுகிறார்.

காமராஜரின் பங்களாவுக்கு தீ வைக்கிறது அந்தக் கும்பல். அவர்களது நோக்கம் காமராஜரை உயிரோடு தீ வைத்து எரித்துக் கொல்ல வேண்டும் என்பது தான். ஆனால் காமராஜர் அங்கிருந்து தப்பிச் சென்று விடுகிறார்.

இதுதான் காமராஜரை உயிரோடு எரித்துக் கொல்ல முயன்ற வரலாறு. அன்று இந்தியாவை இச்சம்பவம் பதற வைத்தது.

தந்தை பெரியார் வெகுண்டு எழுந்து கடும் கண்டனங்களைத் தெரிவித்தார். அதே காலகட்டத்தில் காமராஜர் கொலை முயற்சி சரித்திரம் என்ற நூலையும் பெரியார் வெளியிட்டு மக்களிடம் உண்மையை கொண்டு சேர்த்தார்.

◻

14
காமராஜரின் சர்வதேச பயணங்கள்

காமராஜர் காலகட்டத்தில் இந்தியாவெங்கும் பிரபலமாகப் பேசப்பட்டது 'கே' பிளான் என்பதாகும். ஆட்சியின் மூத்த தலைவர்கள் அரசுப் பதவிகளை விட்டுவிலகி கட்சிப் பணிகளைக் கவனிக்க முன் வர வேண்டும் என்பதே அத்திட்டமாகும்.

அன்றைய பிரதமர் நேருவிடம் இத்திட்டத்தை முன்மொழிந்த காமராஜர் அதற்கு முன்னோடியாக தாம் வகித்த தமிழக முதல்வர் பதவியை ராஜினாமா செய்தார்.

இச்செயலானது இந்தியா மட்டுமின்றி உலகெங்கும் காமராஜரைப் பற்றிய ஒரு உயர்வான பிம்பத்தை எடுத்துச் சென்றது.

இந்திய பிரதமர் நேரு திடீரென்று மரணம் அடைந்தபோது நேருவுக்குப் பின் யார் பிரதமர் என்ற சிக்கலான கேள்விக்கு லால் பகதூர் சாஸ்திரி என்று தமது மதியூகத்தால் விடை சொன்னவர் காமராஜர். அதுபோன்று லால்பகதூர் சாஸ்திரி திடுமென மறைந்த போது இந்தியாவுக்கு தலைமை தாங்க இந்திரா காந்தியைக் கொண்டு வந்த பெருமையும் காமராஜருக்குரியது.

தமிழக முதலமைச்சர் பதவியைத் துறந்தவரை அகில இந்திய காங்கிரஸ் கட்சியின் தலைவராக்கியது காலம். சர்வதேச நாடுகள் அனைத்தும் போட்டி போட்டுக் கொண்டு காமராஜரை விரும்பி அழைத்தன.

அந்நாடுகளுக்கு 1966 மே மாதம் வாக்கில் பயணம் மேற்கொள்ளத் திட்டமிட்டிருந்தார் காமராஜர்.

1965ல் நடந்த இந்தியா பாகிஸ்தான் போரும் தாஷ்கண்ட் நகரில் லால்பகதூர் சாஸ்திரி மரணம் அடைந்ததும் வெளிநாட்டுப் பயணத்தைப் பற்றி நினைத்துக் கூடப் பார்க்க முடியாத நிலைமையை காமராஜருக்கு ஏற்படுத்தி விட்டது.

லால்பகதூர் சாஸ்திரியின் இறுதிச் சடங்குகளில் கலந்து கொள்வதற் காக சோவியத் யூனியன் பிரதமர் கோஸிஜினும், அமெரிக்கத் துணை ஜனாதிபதி ஹியுபர்ட் ஹம்ப்ரேயும் டெல்லிக்கு வந்திருந்தனர். அப்பொழுது தலைவர் காமராஜருக்கு விடுத்த அழைப்பை அவர்கள் மீண்டும் புதுப்பித்தனர்.

அந்த அழைப்பின்படி 1966 மே மாதத்தில் சோவியத் யூனியன் மற்றும் அமெரிக்காவுக்கு செல்வதற்கு காமராஜர் திட்டமிட்டிருந் தார்.

ஆனால் இந்தியா பாகிஸ்தான் யுத்தத்தின் போது அமெரிக்க அரசும் பத்திரிகைகளும் பாகிஸ்தான் ஆதரவு நிலையை எடுத்திருந்தன. அதனால் இந்திய மக்களிடையே அமெரிக்க எதிர்ப்புணர்வு தலை தூக்கியிருந்தது.

மேலும் தலைவர் காமராஜர் மற்றும் அவரது நண்பர்களின் தயவால் பிரதமரான இந்திரா காந்தி அமெரிக்காவின் நிர்பந்தத்தால் மூத்த தலைவர்கள் யாரையும் கலந்து ஆலோசிக்காமல் இந்திய ரூபாயின் மதிப்பை குறைத்தார். இது பெரும் சர்ச்சையையும் நம்பிக்கை யின்மையையும் தோற்றுவித்திருந்தது. இதனால் மக்களிடையே அமெரிக்க எதிர்ப்புணர்வு மேலும் அதிகரித்தது.

அதனால் அப்போதைக்கு அமெரிக்கா செல்லும் திட்டத்தை ஒத்தி வைத்து விட்டு சோவியத் யூனியன் முதலிய ஏழு சோசலிச

நாடுகளுக்கு மட்டும் விஜயம் செய்வது என காமராஜர் முடிவெடுத்தார்.

1966 ஆம் ஆண்டு ஜுலை மாதம் 22 ஆம் தேதி அமைச்சர்களும் கட்சித் தலைவர்களும் தொண்டர்களும் வாழ்த்தொலி முழங்க டெல்லி பாலம் விமான நிலையத்திலிருந்து மாஸ்கோ புறப்பட்டார் தலைவர் காமராஜர்.

சர்வதேச ராஜாங்க சம்பிரதாயங்களையும் மீறி சுப்ரீம் சோவியத் தலைவரே நேரில் வந்து காமராஜரை வரவேற்றார். திறந்த காரில் காமராஜரை அழைத்துச் சென்று அயல்நாட்டுத் தலைவர்கள் மட்டுமே தங்க அனுமதிக்கப்படும் லெனின் குன்று மாளிகையில் தங்க வைத்தார். அதுமட்டுமின்றி தலைவர் காமராஜின் சோவியத் சுற்றுப் பயணத்தை அவர் கூடவே இருந்து கவனித்துக் கொண்டார்.

ஜுலை 22ஆம் தேதியிலிருந்து 30ஆம் தேதி வரை எட்டு நாட்கள் தலைவர் காமராஜர் சோவியத் யூனியனில் சுற்றுப்பயணம் செய்தார்.

அந்தப் பயணத்தின்போது மாஸ்கோ நகர சபை, கிரெம்ஸின் மாளிகை செஞ்சதுக்கம், ஜார் மன்னர்களின் அரண்மனை, சோவியத் மக்களின் மகத்தான தலைவர் லெனின் வாழ்ந்த இடம், அவரது பாதுகாக்கப்பட்ட பூதவுடல் ஆகியவற்றை பார்வை யிட்டார்.

சோவியத் கம்யூனிஸ்ட் கட்சியின் தலைவர்களைச் சந்தித்து வியட்நாம் போர் உட்பட முக்கிய பிரச்சனைகள் குறித்து காமராஜர் விவாதித்தார்.

சுப்ரீம் சோவியத் கமிட்டியின் உறுப்பினர்கள் அளித்த விருந்தில் கலந்து கொண்ட காமராஜர் 'ரஷ்ய புரட்சிதான் அடிமைப்பட்டி ருந்த உலக நாடுகளுக்கெல்லாம் உற்சாகத்தையும் விழிப்புணர்வை யும் ஊட்டியது' என்று கூறினார்.

ஜுலை 31ஆம் தேதியன்று இரவு மாஸ்கோ நகரிலிருந்து புறப்பட்ட காமராஜர் கிழக்கு ஜெர்மன் நாட்டின் தலைநகர் பெர்லின் சென்றடைந்தார்.

ஜெர்மன் ஆளுங்கட்சியான சோசலிஸ்ட் ஐக்கிய முன்னணியின் தலைவர்களையும் அமைச்சர்கள் வர்த்தகப் பிரதிநிதிகள் ஆகியோரையும் காமராஜர் சந்தித்துப் பேசினார்.

ஆகஸ்ட் 2ஆம் தேதியன்று கிழக்கு பெர்லினிலிருந்து புறப்பட்ட காமராஜர் செக்கோஸ்லோவாக்கியா நாட்டின் தலைநகரமான பிரேக் நகரை சென்றடைந்தார்.

அதன்பின் ஹங்கேரி நாட்டில் மூன்று நாட்கள் சுற்றுப் பயணம் செய்த காமராஜர் ஒரு அலுமினியத் தொழிற்சாலை, ஒரு கூட்டுறவுப் பண்ணை, ஒரு கோழிப் பண்ணை ஆகியவற்றுக்கு நேரில் சென்று பார்வையிட்டார்.

ஹங்கேரி, பல்கேரியா, யூகோஸ்லேவியா என சிவப்பு நாடுகளின் பயணத்தை முடித்துக் கொண்டு ஆகஸ்டு 15ஆம் தேதி பிற்பகல் 1.30 மணியளவில் சென்னை வந்தடைந்தார் காமராஜர்.

◻

15
கர்மவீரர் காமராஜர் பற்றிய சில சுவாரஸ்ய தகவல்கள்

- காமராஜர், ஒருவரை ஒரு தடவை பார்த்து பேசி விட்டால் போதும், அவரை எத்தனை ஆண்டுகள் கழித்து பார்த்தாலும், மிகச் சரியாக சொல்வார். அந்த அளவுக்கு அவரிடம் ஞாபக சக்தி மிகுந்திருந்தது.

- காமராஜரிடம் பேசும் போது, அவர் 'அமருங்கள், மகிழ்ச்சி, நன்றி' என அழகுத் தமிழில்தான் பேசுவார்.

- காமராஜரின் ஆட்சி இந்தியாவின் மற்ற மாநிலங்களுக்கு முன்னோடியாய் இருக்கிறது என்று முன்னாள் குடியரசுத் தலைவர் பாபு ராஜேந்திர பிரசாத் சொல்லி இருக்கிறார்.

- காமராஜருக்கு கோபம் வந்து விட்டால் அவ்வளவுதான், திட்டி தீர்த்து விடுவார். ஆனால் அந்த கோபம் மறுநிமிடமே பனி கட்டி போல கரைந்து மறைந்து விடும்.

- தமிழ்நாட்டில் எந்த ஊர் பற்றி பேசினாலும், அந்த ஊரில் உள்ள தியாகி பெயர் மற்றும் விபரங்களை துல்லியமாக சொல்லி ஆச்சரியப்படுத்துவார்.

- தனது பாட்டி இறுதி சடங்கில் கலந்து கொண்ட காமராஜர் தோளில் துண்டு போடப்பட்டது. அன்று முதல் காமராஜர் தன் தோளில் துண்டை போட்டுக் கொள்ளும் பழக்கத்தை ஏற்படுத்திக் கொண்டார்.

- கதர்துண்டுகள் அணிவித்தால் காமராஜர் மிக, மிக மகிழ்ச்சி யுடன் ஏற்றுக் கொள்வார். ஏனெனில் அந்த கதர் துண்டுகள் அனைத்தையும் பால மந்திர் என்ற ஆதரவற்றோர் இல்லத்துக்கு கொடுத்து விடுவார்.

- 1966ஆம் ஆண்டு ஜெய்ப்பூரில் நடந்த காங்கிரஸ் மாநாட்டில் பேசிய காமராஜர், 'மக்களுக்கு குறைந்த விலையில் பொருட் களை வழங்கும் தொழில்களை நிறைய தொடங்க வேண்டும்' என்றார். இந்த உரைதான் இந்திய பொருளாதார துறையில் மாற்றங்களை ஏற்படுத்தியது.

- பெருந்தலைவரை எல்லாரும் காமராஜர் என்று அழைத்து வந்த நிலையில் தந்தை பெரியார்தான் மேடைகள்தோறும் 'காமராஜர்' என்று கூறி நல்ல தமிழில் அழைக்க வைத்தார்.

- காமராஜருக்கு 'பச்சைத்தமிழன்' என்ற பெயரை சூட்டியவர் ஈ.வெ.ரா.பெரியார்.

- பிரதமர் நேரு, காமராஜரை பொதுக் கூட்டங்களில் பேசும் போதெல்லாம், 'மக்கள் தலைவர்' என்றே கூறினார்.

- தமிழ்நாட்டில் காமராஜரின் காலடி தடம் படாத கிராமமே இல்லை என்று சொல்லும் அளவுக்கு அவர் எல்லா கிராமங் களுக்கும் சென்றுள்ளார். இதனால்தான் தமிழ்நாட்டின் பூகோளம் அவருக்கு அத்துப்படியாக இருந்தது.

- காமராஜர் திட்டத்தின் கீழ் காமராஜரே முதன் முதலாக தாமாக முன் வந்து 2.10.1963ல் முதல் அமைச்சர் பதவியை ராஜினமா செய்தார்.

- காங்கிரஸ் கட்சியை மிக, மிக கடுமையாக எதிர்த்து வந்தவர் ராமசாமி படையாச்சி, அவரையும் காமராஜர் தன் மந்திரி

சபையில் சேர்த்துக் கொண்ட போது எல்லோரும் ஆச்சரியப் பட்டனர்.

- சட்டத்தை காரணம் காட்டி எந்த ஒரு மக்கள் நல திட்டத்தை யும் கிடப்பில் போட காமராஜர் அனுமதித்ததே இல்லை. 'மக்களுக்காகத்தான் சட்டமே தவிர சட்டத்துக்காக மக்கள் இல்லை' என்று அவர் அடிக்கடி அதிகாரிகளிடம் கூறுவதுண்டு.

- தவறு என்று தெரிந்தால் அதை தட்டி கேட்க காமராஜர் ஒரு போதும் தயங்கியதே இல்லை. மகாத்மா காந்தி, தீரர் சத்திய மூர்த்தி உள்பட பலர் காமராஜரின் இந்த துணிச்சலால் தங்கள் முடிவை மாற்றியது குறிப்பிடத்தக்கது.

- காமராஜர் எப்போதும் 'முக்கால் கை' வைத்த கதர்ச்சட்டை யும், 4 முழு வேட்டியையும் அணிவதையே விரும்பினார்.

- காமராஜர் அவர்கள் திருநெல்வேலி மக்கள் மீது அளவு கடந்த பாசம் வைத்திருந்தார்.

- காமராஜரின் எளிமை நேருவால் போற்றப்பட்டிருக்கிறது. 'எனக்குத் தெரிந்து இவருடைய சட்டைப் பையில் பணம் இருந்ததில்லை' என்று நேரு குறிப்பிட்டதுண்டு.

- காமராஜர் நாளிதழ்களை படிக்கும் போது எந்த ஊரில் என்ன பிரச்சனை உள்ளது என்பதை உன்னிப்பாக படிப்பார். பிறகு அந்த ஊர்களுக்கு செல்ல நேரிடும் போது, அந்த பிரச்சனை பற்றி மக்களுடன் விவாதிப்பார்.

- காமராஜர் ஒரு தடவை தன் பிரத்யேக பெட்டிக்குள், இன்சைடு ஆப்பிரிக்கா, என்ட்ஸ் அண்ட் மீனஸ், டைம், நியூஸ்வீக் ஆகிய ஆங்கில இதழ்களை வைத்திருப்பதை கண்டு எழுத்தாளர் சாவி ஆச்சரியப்பட்டார்.

- எந்தவொரு செயலையும் எடுத்தேன் கவிழ்த்தேன் என்று செய்து விட மாட்டார். நிதானமாக யோசித்துத்தான் ஒரு செயலில் இறங்குவார். எடுத்த செயலை எக்காரணம் கொண்டும் செய்து முடிக்காமல் விட மாட்டார்.

- காமராஜருக்கு மக்களுடன் பேசுவது என்றால் கொள்ளைப் பிரியம் உண்டு. தன்னைத் தேடி எத்தனை பேர் வந்தாலும் அவர்கள் எல்லாரையும் அழைத்து பேசி விட்டுத்தான் தூங்க செல்வார். அவர் பேசும் போது சாதாரண கிராமத்தான் போலவே பேசுவார்.
- காமராஜர் 1920 ஆம் ஆண்டு இந்திய தேசிய காங்கிரஸ் உறுப்பினர் ஆனார்.
- 1953-ல் நேருவிடம் தமக்கு இருந்த நட்பை பயன்படுத்தி, நாடாளுமன்றத்தில் பிற்படுத்தப்பட்ட மக்களுக்காக முதல் சட்டத் திருத்தம் கொண்டு வந்தவர் பெருந்தலைவர் காமராஜர் என்பது குறிப்பிடத்தக்கது.
- வட இந்திய மக்கள் காமராஜரை 'காலா காந்தி' என்று அன்போடு அழைத்தார்கள். 'காலா காந்தி' என்றால் 'கறுப்பு காந்தி' என்று அர்த்தம்.
- சட்ட சபையில் சமர்ப்பிக்கப்படும் வரவு செலவு திட்டத்தை முதல் முறையாக தமிழில் சமர்ப்பித்த பெருமை காமராஜரையே சேரும்.
- 12 ஆண்டுகள் காமராஜர் தமிழ்நாடு காங்கிரஸ் கமிட்டித் தலைவராக இருந்து தமிழ்நாட்டில் காங்கிரஸ் வேரூன்றவும், காங்கிரஸ் ஆட்சி ஏற்படவும் பாடுபட்டார்.
- காமராஜர் இளம் வயதில் கொஞ்சக் காலம் இன்சூரன்ஸ் ஏஜெண்டாக இருந்தார். பின்பு அதை விட்டு விட்டார்.
- காமராஜர் புகழ் இந்தியா மட்டுமின்றி உலகமெங்கும் பரவியது. அமெரிக்காவும், ரஷ்யாவும் அவரைத் தங்கள் நாடுகளுக்கு அரசு விருந்தாளியாக வர வேண்டும் என்று வேண்டுகோள்கள் விடுத்தன.
- காமராஜர் 1966 ஆம் ஆண்டு சோவியத் நாட்டுக்குச் சென்றார். கிழக்கு ஜெர்மனி, ஹங்கேரி, செக்கோஸ்லேவியா, யூகோஸ்லோவியா, பல்கேரியா போன்ற ஐரோப்பிய நாடுகளுக்கும் சென்று வந்திருக்கிறார்.

- தனுஷ்கோடி நாடார், முத்துசாமி ஆசாரி ஆகிய இருவரும் காமராஜரின் நண்பர்களாக அவர் வாழ்நாள் முழுவதும் இருந்தார்கள்.

- 1953-ல் ஒரே கிளை நூலகம் மட்டும் இருந்தது. ஏழை மாணவர்கள் பொது அறிவு பெறுவதற்காக 1961-ல் 454 கிளை நூலகங்கள் ஆரம்பிக்கப்பட்டது. ஆரம்பித்து வைத்தவர் பெருந்தலைவர் காமராஜர்.

- காமராஜர் ஆட்சியில் தமிழ்நாட்டில் சுமார் 33,000 ஏரி, குளங்களை சீர்படுத்த சுமார் ரூ.28 கோடி செலவிடப்பட்டது.

- காமராஜரால் அறிமுகப்படுத்தப்பட்ட இலவசக் கல்வி முதன் முதலாக திருச்செந்தூரில் ஆரம்பிக்கப்பட்டது..

- 1961 ஆம் வருடம் அக்டோபர் மாதம் 9 ஆம் தேதி காமராஜரின் உருவச் சிலையை நேரு திறந்து வைத்தார். இந்த விழாவில் காமராஜரும் கலந்து கொண்டார்.

- காமராஜர் ஆட்சி காலத்தில் மின்சாரம் வழங்குவதில் இந்தியா விலேயே தமிழகமே முதலிடம் வகித்தது. விவசாயத்திற்கு மின்சாரத்தை பயன்படுத்துவதிலும் தமிழகமே முதல் மாநிலமாக காமராஜர் ஆட்சியில் திகழ்ந்தது.

- பெருந்தலைவர் காமராஜரின் கல்வி புரட்சியால் 1954-ல் 18 லட்சம் சிறுவர்கள் மட்டுமே படித்துக் கொண்டிருந்த நிலை மாறி 1961-ல் 34 லட்சம் சிறுவர்கள் படிக்கும் நிலை ஏற்பட்டது.

- கேரளா மாநிலத்துடன் இணைக்கப்பட்டிருந்த நாகர்கோவில், செங்கோட்டை, சென்னையில் ஒரு பகுதியையும் தமிழ் நாட்டுடன் இணைத்த பெருமை காமராஜரையே சேரும்.

- காமராஜருக்கு தினமும் புத்தகம் படிக்கிற பழக்கம் உண்டு. ஏதாவது ஒரு புத்தகத்தை படித்த பின்பே உறங்கச் செல்வார்.

- பணியாளர்களை மதிக்கும் பண்பு இருந்தது. காமராஜரிடம் தம்முடைய கருணை மனம் காரணமாகவே ஏழைகள் மனதில் இன்றளவும் நிலைத்து நிற்கிறார் காமராஜர்.

- காமராஜர் ஒன்பது ஆண்டுகள் ஆட்சி செய்தார். ஆனால் ஒரு முறை கூட அவர் ஆட்சி மீது ஊழல் புகார்கள் எழவில்லை. கறைபடாத கரங்களுக்கு சொந்தக்காரர் அவர்.

- காமராஜர் மக்களுக்காகத் தீட்டிய ஒவ்வொரு திட்டமும் ஒரு மகத்தான குறிக்கோளாக இருந்தது.

- சொல்லும் செயலும் ஒன்றாக இல்லாவிட்டால் அவருக்கு கோபம் வந்துவிடும். உண்மை இல்லாதவர்களை பக்கத்தில் சேர்க்க மாட்டார்.

- அரசுக் கோப்புகளை மிகவும் கவனமாக படிப்பார். தேவைப் பட்டால் அவற்றில் திருத்தங்கள் செய்யத் தயங்குவதில்லை.

- மாநிலத்தில் எங்கே எந்த ஆறு ஓடுகிறது? எந்த ஊரில் எந்த தொழில் நடக்கிறது? எந்த ஊரில் யார் முக்கியமானவர் என்பதெல்லாம் அவருக்குத் தெரியும்.

- எல்லாத் தகவல்களையும் காமராஜர் விரல் நுனியில் வைத்திருந் தார். ஆனால் எல்லாம் எனக்குத் தெரியும் என்ற மனோபாவம் ஒரு போதும் அவரிடம் இருந்ததில்லை.

- ஆடம்பரம், புகழ்ச்சி, விளம்பரம் எல்லாம் அறவே அவருக்கு பிடிக்காது.

- சொற்களை வீணாகச் செலவழிக்க மாட்டார். ரொம்பச் சுருக்க மாகத் தான் எதையும் சொல்வார். அனாவசியப் பேச்சைப் போலவே அனாவசிய செலவையும் அவர் அனுமதிக்க மாட்டார்.

- சராசரிக் குடிமகனும் அவரை எந்த நேரத்திலும் சந்திக்க முடியும். யார் வேண்டுமானாலும் அவரிடம் நேரில் சென்று விண்ணப்பங்களைக் கொடுக்க முடிந்தது.

- காமராஜர் எதிர்க்கட்சிகளின் கருத்துக்களுக்கு எப்போதும் மதிப்பளிப்பவர். அவர் எதையும் மேம்போக்காகப் பார்ப்ப தில்லை.

- அவர் ஆகட்டும் பார்க்கலாம் என்றாலே காரியம் முடிந்து விட்டது என்று அர்த்தம். தன்னால் முடியாவிட்டால் முடியாது போ என்று முகத்துக்கு நேராகவே சொல்லி அனுப்பி விடுவார்.

- வெற்றியைப் போலவே தோல்வியையும் இயல்பாக எடுத்துக் கொள்கிற மனப்பக்குவம் கொண்டவர் காமராஜர்.

- மக்களுக்கு நன்மை செய்யக் கூடிய திட்டங்களை சட்ட விசயங் களைக் காட்டி கிடப்பில் போடுவதையோ, தவிர்ப்பதையோ அவரால் பொறுத்துக் கொள்ள முடியாது.

- ஆட்சியில் இல்லாதவர்களின் குறுக்கீட்டை அவர் ஒரு போதும் அனுமதித்தது கிடையாது. சிபாரிசுகளை அவர் தூக்கி எறிந்து விடுவார்.

- காமராஜரிடம் அனுபவம் இருந்தது. தீர்க்கமான அரசியல் நோக்கு தன்னலமற்ற தன்மை மக்களுக்கு சேவை செய்கிற ஆசை இருந்தது.

- இரண்டு முறை பிரதமர் ஆக வாய்ப்பு வந்தபோதும் அதை நிராகரித்து லால்பகதூர் சாஸ்திரி, இந்திராகாந்தி ஆகியோரை பிரதமர் ஆக்கினார். காமராஜர் 'கிங்மேக்கர்' என்ற பட்டத்தை மட்டும் தக்க வைத்துக் கொண்டார்.

- பந்தாக்களை வெறுத்தவர். முதல் தடவை சைரன் ஒலியுடன் அவருக்கான பாதுகாப்பு கார் புறப்பட்டபோது அவர் தடுத் தார். 'நான் உயிரோடுதானே இருக்கேன். அதுக்குள்ளே ஏன் சங்கு ஊதுறீங்க' என்று கமெண்ட் அடித்தார்.

- சுற்றுப்பயணத்தின் போது தொண்டர்கள் அன்பளிப்பு கொடுத்தால் 'கஷ்டப்படுற தியாகிக்கு கொடுங்க' என்று வாங்க மறுப்பார்.

- மாதம் 30 நாளும் கத்திரிக்காய் சாம்பார் வைத்தாலும் மனம் கோணாமல் சாப்பிடுவார். என்றைக்காவது ஒரு முட்டை வைத்து சாப்பிட்டால் அது மாயா பஜார் விருந்து மாதிரி.

- கட்சி சுற்றுப் பயணத்தின் போது எல்லோரும் சாப்பிட்ட பிறகு தான் காமராஜர் சாப்பிடுவார்.
- நேரு, சர்தார் படேல், சாஸ்திரி உள்ளிட்ட மாநில தலைவர்களுடன் பேசும் போது மிக மிக அழகான ஆங்கிலத்தில் காமராஜர் பேசுவதைக் கேட்டு பலரும் ஆச்சரியத்தில் வாயடைத்து போய் இருக்கிறார்கள்.
- காமராஜர் தன் ஆட்சிக்காலத்தில் உயர்கல்விக்காக ரூ.175 கோடி செலவழித்தார். அது இந்தக் காலத்தில் மிகப் பெரிய தொகையாகும்.
- காமராஜருக்கு மலர் மாலைகள் என்றால் அலர்ஜி. எனவே கழுத்தில் போட விடாமல் கையிலேயே வாங்கிக் கொள்வார்.
- பிறந்த நாளன்று யாராவது அன்பு மிகுதியால் பெரிய கேக் கொண்டு வந்து வெட்டச் சொன்னால் 'என்னய்யா இது' என்று கொஞ்சம் வெட்கத்துடன் கேக் வெட்டுவார்.
- ஒன்பது ஆண்டுகள் முதல் மந்திரியாக இருந்த காமராஜர் சட்டசபையில் 6 தடவைதான் நீண்ட பதில் உரை ஆற்றியுள்ளார்.
- காமராஜர் மணிபர்சோ, பேனாவோ ஒரு போதும் வைத்துக் கொண்டதில்லை. ஏதாவது கோப்புகளில் கையெழுத்து போட வேண்டும் என்றால் அருகில் இருக்கும் அதிகாரியிடம் பேனா வாங்கி கையெழுத்திடுவார்.
- காமராஜர் எப்போதும் ஒரு பீங்கான் தட்டில் தான் மதிய உணவு சாப்பிடுவார். கடைசி வரை அவர் அந்த தட்டையே பயன்படுத்தினார்.
- காமராஜர் தினமும் இரண்டு அல்லது மூன்று தடவை குளிப்பார். அவருக்கு பச்சைத் தண்ணீரில் குளிப்பது என்றால் மிகவும் பிடிக்கும். குளித்து முடித்ததும் சலவை செய்த சட்டையையே போட்டுக் கொள்வார்.

- காமராஜர் அகில இந்திய காங்கிரஸ் கமிட்டியின் தலைவராக சுமார் 2 ஆண்டு காலம் பதவி வகித்து இந்தியாவிலுள்ள எல்லா மாநிலங்களுக்கும் சுற்றுப்பயணம் செய்து காங்கிரஸ் கட்சி வளர்ச்சிக்கு அரும்பாடுபட்டவர்.

- 1947க்கு முன்பு காமராஜர் சென்னைக்கு வந்தால் ரிப்பன் மாளிகைக்கு எதிரில் ரயில்வே பாதையை ஒட்டியுள்ள ஓட்டல் எவரெஸ்டில் தான் தங்குவது வழக்கம். ஒரு நாளைக்கு இரண்டு ரூபாய்தான் வாடகை.

- காமராஜர் தனது ஆடைகளைத் தானே துவைத்துக் கொள்வார். பாரதி பக்தர் காமராஜர். எப்போதும் தன்னோடு பாரதியார் கவிதைகளை வைத்திருப்பார்.

- காமராஜர் ரஷ்யப் பயணத்தின் போது மாஸ்கோ வரவேற்பில் காமராஜர், பாரதியின் 'ஆகா வென்றெழுந்து பார் யுகப் புரட்சி' என்ற பாடலைப் பாடி ரஷ்ய மக்களின் பாராட்டுப் பெற்றார்.

- பிரிட்டிஷ் இளவரசியும் அவரது கணவன் பெடின்பரோ கோமகனும் சென்னைக்கு வந்திருந்த போது காமராஜர் தமிழகத்தின் முதல் அமைச்சர் அவர்களோடு ஆங்கிலத்தில் பேசி ஆச்சர்யப்படுத்தினார்.

- பயிற்சி டாக்டர்களுக்கு முதன் முதலாக உதவித்தொகை வழங்கியது காமராஜர் ஆட்சியில் தான்.

- காமராஜர் என்றுமே பண்டிகை நாட்களை கொண்டாடியதும் இல்லை. அந்நாட்களில் ஊருக்குப் போவதுமில்லை.

- காமராஜருக்கு சாதம், சாம்பார், ரசம், தயிர், ஒரு பொறியல் அல்லது கீரை இவ்வளவுதான் சாப்பாடு. காரமில்லாததாக இருக்க வேண்டும். இரவில் ஒரு கப் பால், இரண்டு இட்லி, காஞ்சிபுரம் இட்லி என்றால் விரும்பி சாப்பிடுவார்.

- காமராஜரின் முக பாவத்தில் இருந்து எளிதில் யாரும் எதையும் ஊகித்து விட முடியாது. எந்தவொரு வேண்டுகோளுக்கும் யோசிக்கலாம், ஆகட்டும் பார்க்கலாம் என்ற சிறு வார்த்தைதான் அவரிடமிருந்து வெளிப்படும்.

- காமராஜர் விருதுநகரில் இருந்து சென்னைக்கு கொண்டு வந்த ஒரே சொத்து ஒரு சிறிய இரும்பு டிரங்க் பெட்டிதான்.
- காமராஜரின் சகோதரி மகன் 1962ல் எம்.பி.பி.எஸ்.சீட் கேட்டு சிபாரிசு செய்யக் கூறினார். ஆனால் காமராஜர் 'மார்க் இருந்தா சீட் கொடுக்கிறாங்க' எனத் திருப்பி அனுப்பி விட்டார். அவர் 2 வருடம் கழித்தே எம்.பி.பி.எஸ்ஸில் சேர்ந்தார்.
- 1961 ஆம் வருடம் அக்டோபர் மாதம் 9 ஆம் தேதி காமராஜரின் உருவச் சிலையை நேரு திறந்து வைத்தார். இந்த விழாவில் காமராஜரும் கலந்து கொண்டார்.
- பெருந்தலைவர் காமராஜர் எவரையும் மனம் நோகும்படி பேச மாட்டார். அரசியல் காழ்ப்புணர்ச்சி எதுவும் கருதாமல் நட்பு முறையுடன் மகிழ்ச்சியோடு பேசுவார்.
- 1947 ஆம் ஆண்டு அரசியல் சட்டத்தை தயாரித்த அரசியல் நிர்ணய சபையில் தலைவர் காமராஜர் அவர்களும் ஒருவராக இருந்தார் என்ற செய்தி பலருக்கும் தெரியாது.
- 1960 ஆம் ஆண்டு முதல் 11வது வகுப்பு வரை ஏழைப் பிள்ளைகள் அனைவருக்கும் இலவசக் கல்வி அளிக்க உத்தரவு இட்டு அதை செயல்படுத்தி காட்டி இந்தியாவை தமிழ்நாட்டு பக்கம் திரும்பிப் பார்க்க வைத்தார்.
- கஷ்டப்பட்ட மாணவர்களுக்கும், படிக்கும் மாணவ, மாணவி களுக்கும் இலவச ஸ்காலர்ஷிப் பணமும் பெருந்தலைவர் காமராஜர் ஆட்சியில்தான் ஏற்படுத்தப்பட்டது.
- காமராஜர் தனது ஆட்சியில் ஒவ்வொரு பெரிய கிராமத்திலும் பிரசவ விடுதிகள் ஆஸ்பத்திரிகள் திறந்து வைத்து சாதனை படைத்தார்.
- காமராஜர் ஆட்சியில் தான் 60 வயது முதியவர்களுக்கும் பென்ஷன் திட்டம் கொண்டு வரப்பட்டது.
- காமராஜரின் மறைவு கேட்டு பிரிட்டிங் அரசாங்கமே இரங்கல் செய்தி பிரதமர் இந்திராகாந்திக்கு அனுப்பி வைத்திருந்தது.

- அதில் காமராஜரின் தியாகமும் தேசத் தொண்டும், ஏழை மக்களின் வாழ்க்கை தரத்தை உயர்த்த அவர் பாடுபட்டு வந்ததும் நினைவு கூறப்பட்டிருந்தது.
- இந்திய மொழிகளிலேயே முதன் முதலாக தமிழ்மொழியில் தான் கலைக்களஞ்சியம் காமராஜர் ஆட்சிக் காலத்தில்தான் உருவாக்கப்பட்டது.
- பெருந்தலைவர் காமராஜருக்கு பாரத ரத்னா எனும் பட்டத்தை இந்திய அரசு அளித்து பெருமைப்படுத்தியது.
- காமராஜர் பொதுக்கூட்டங்களில் பேசுவதற்காக எதுவும் குறிப்புகள் எடுத்துக் கொள்வதில்லை. எதையும் நினைவில் வைத்துக் கொண்டு அவற்றை மிக எளிமையாகப் பேசுவார்.
- காமராஜர் வெளிநாடு சுற்றுப்பயணம் செய்தபோது அனைவரது பார்வையும் காமராஜர் பக்கம் தான் இருந்தது. காரணம் நாலு முழ கதர் வேட்டி, முக்கால் கை கதர்சட்டை, தோளில் கதர் துண்டு இதுதான்.
- ஆழியாறு திட்டம் முடியாதென்று பலர் கூறிய போதிலும் முடித்துக் காட்டினார் பெருந்தலைவர் காமராஜர்.
- காமராஜர் விரும்பி படித்த ஆங்கில புத்தகம் பேராசிரியர் ஹாரால் லாஸ்கி என்பவர் எழுதிய அரசியலுக்கு இலக்கணம் (Gramman Of Polities) படித்து அனைவரையும் வியக்க வைத்தார்.
- முதல்வர் ஜெயலலிதா தமிழ்நாடு அரசு சார்பில் காமராஜர் நூற்றாண்டு விழா எடுத்து சிறப்பித்தார்.
- பெருந்தலைவர் காமராஜரின் முதலாம் ஆண்டு நினைவு நாளன்று 15.7.1976ல் இந்திய அரசு 25 காசு தபால் தலையை வெளியிட்டது.
- தமிழ்நாடு சட்டப் பேரவையில் பெருந்தலைவர் காமராஜரின் திருவுருவப்படம் அப்போதைய குடியரசு தலைவர் என்.சஞ்சீவ் ரெட்டியால் 1977 ஆம் ஆண்டு திறந்து வைக்கப்பட்டது.

- டெல்லியில் காமராஜரின் திருவுருவச்சிலை அமைக்கப்பட்டது. சென்னையில் பிரசித்தி பெற்ற மெரினா கடற்கரைச் சாலை காமராஜர் சாலை என்று தமிழக அரசால் பெயர் மாற்றம் செய்யப்பட்டது.

- தமிழக அரசு வாங்கிய கப்பலுக்கு தமிழ் காமராஜர் என்று பெயரிடப்பட்டுள்ளது. சென்னை கிண்டியில் காமராஜர் நினை வாலயம் அமைக்கப்பட்டுள்ளது.

- மதுரைப் பல்கலைக் கழகத்திற்கு மதுரை காமராஜர் பல்கலைக் கழகம் என்று பெயரிடப்பட்டு விருதுநகரில் காமராஜர் பிறந்த இல்லத்தை அவரது நினைவுச் சின்னமாக தமிழக அரசு மாற்றியது.

- தன்னைப் பாராட்டி யாராவது அதிகம் பேசினால் கொஞ்சம் நிறுத்துன்னேன் என்று சட்டையை பிடித்து இழுப்பார். அடுத்த கட்சியை மோசமாக பேசினால் 'அதுக்கா இந்தக் கூட்டம்னேன்' என்றும் தடுப்பார்.

16
காமராஜரை ஆதரித்த பெரியார்

1962 ஆம் வருடம் நடந்த சட்டமன்றத் தேர்தலில் காமராஜர் தலைமையில் காங்கிரஸ் கட்சி பெரும் வெற்றி பெற்றாலும், தமிழ்நாடு எதிர்கொள்ளவிருந்த மாற்றங்களை முன்னறிவிக்கும் தேர்தலாக அந்தத் தேர்தல் அமைந்தது.

சீனாவுடனான யுத்த மேகங்கள் இந்தியாவைச் சூழ்ந்திருந்த நேரத்தில் இந்தியாவின் மூன்றாவது பொதுத் தேர்தல் அறிவிக்கப் பட்டது.

தமிழ்நாட்டில் 1962 பிப்ரவரி 21 ஆம் தேதி சட்டமன்றத் தேர்தலுக் கான வாக்குப்பதிவு நடக்குமென தேர்தல் ஆணையம் அறிவித்தது.

கடந்த 1957 தேர்தலோடு ஒப்பிட்டால் தமிழ்நாட்டில் பல சம்பவங்கள் நடந்திருந்தன. சென்னை மாகாணத்தில் செல்வாக்குப் பெற்றிருந்த ராஜாஜி சுதந்திரா கட்சியை உருவாக்கி காமராஜரைத் தோற்கடிக்கக் காத்திருந்தார்.

கடந்த சட்டமன்றத் தேர்தலில் 15 இடங்களில் மட்டும் வென்றிருந்த தி.மு.க., 1959 இல் நடந்த உள்ளாட்சித் தேர்தலில் சென்னை சட்ட மன்றத்தைக் கைப்பற்றியிருந்தது.

ஆனால் அதே நேரத்தில் கட்சி அப்போது தான் முதல் பிளவைச் சந்தித்திருந்தது. 1961ல் ஈ.வெ.கி சம்பத் தி.மு.கவை உடைத்து வெளியேறி இருந்தார். அவருடன் கண்ணதாசன், எம்.பி. சுப்பிர மணியன் உள்ளிட்டோரும் சென்றனர். புதிதாக தமிழ் தேசியக் கட்சி என்ற கட்சியை துவங்கியிருந்தார்.

இந்தத் தேர்தலின் போது சென்னை மாகாணச் சட்டப் பேரவை உறுப்பினர்களின் எண்ணிக்கை 206 ஆக இருந்தது. இதில் 168 தொகுதிகளை பொதுத் தொகுதியாக அறிவித்தனர் 38 தொகுதிகள் தனித் தொகுதிகள்.

இந்தத் தேர்தலில் இந்திய தேசிய காங்கிரஸ் தனித்தே போட்டி யிட்டது. காங்கிரசுக்கு ஆதரவாக திராவிடர் கழகத் தலைவர் பெரியாரும் அவரது இதழான விடுதலையும் களமிறங்கியிருந்தன.

தமிழ் தேசியத்தின் முகமாக காமராஜரை முன்னிறுத்தினார் பெரியார். 206 தொகுதிகளிலும் வேட்பாளர்களை நிறுத்தியது காங்கிரஸ்.

தி.மு.க.வைப் பொறுத்தமட்டில் கம்யூனிஸ்டுகளும், சுதந்திரா கட்சி யுடனும் கூட்டணி அமைக்க விரும்பியது. ஆனால் அது நடக்க வில்லை. முடிவில் தி.மு.க முஸ்லீம் லீக்குடன் மட்டும் வெளிப்படை யாகக் கூட்டணி அமைத்தது.

சில இடங்களில் கம்யூனிஸ்ட் கட்சிக்கும் சில இடங்களில் சுதந்திரா கட்சிக்கும் ஆதரவளித்தது. முடிவாக 142 சட்டமன்றத் தொகுதி களில் மட்டுமே போட்டியிட்டது அக்கட்சி. சுதந்திரா கட்சி 94 இடங்களிலும், இந்திய கம்யூனிஸ்ட் கட்சி 68 இடங்களிலும் போட்டியிட்டன.

தி.மு.க.விலிருந்து மனம் கசந்து வெளியேறியிருந்த ஈ.வெ.கே சம்பத்தின் தமிழ் தேசிய கட்சி 9 சட்டமன்றத் தொகுதிகளில் போட்டியிட்டது. முத்துராமலிங்கத் தேவரின் பார்வர்டு பிளாக் 6 சட்டமன்றத் தொகுதிகளில் போட்டியிட்டது.

ராஜாஜியின் சுதந்திரா கட்சியும், முத்துராமலிங்கத் தேவரின் பார்வர்ட் பிளாக் கட்சியும் கூட்டணி அமைந்திருந்தன.

ராஜாஜிக்கும் காமராஜரைப் பிடிக்காது. முத்துராமலிங்கத் தேவருக்கும் அவரைப் பிடிக்காது. அதன் அடிப்படையில் சேர்ந்த கூட்டணி அது.

தேர்தல் பிரச்சாரத்தின்போது ராஜாஜியும், முத்துராமலிங்கத் தேவரும் இணைந்து கூட்ட மேடைகளில் பங்கேற்றனர். சி.பா.ஆதித்தனாரின் நாம் தமிழர் கட்சியும் களத்தில் இறங்கியது.

இந்தத் தேர்தலில் வெற்றி பெறுவோம் என்ற நம்பிக்கை காமராஜருக்கு இருந்தாலும் ஒரு விசயத்தில் மிகக் கவனமாக இருந்தார் காமராஜர். திராவிட நாடு கோரிக்கையை தொடர்ந்து எழுப்பி வந்த தி.மு.க. வளர்ந்து வருவதை எச்சரிக்கையுடன் கவனித்து வந்தார் அவர்.

ஆகவே கடந்த முறை தி.மு.க. வென்றிருந்த 15 தொகுதிகளிலும் அதனைத் தோற்கடிக்க விரும்பினார். பணபலமும், செல்வாக்கும் மிக்க நபர்கள் இந்த பதினைந்து பேரை எதிர்த்து நிறுத்தப்பட்டனர். கட்சியின் பொதுச் செயலாளர் சி.என். அண்ணாதுரைக்கு எதிராக மிகப்பெரிய பேருந்து கம்பெனி ஒன்றின் உரிமையாளரான எஸ்.வி. நடேச முதலியார் நிறுத்தப்பட்டார்.

தி.மு.க. வெளியிட்டிருந்த தேர்தல் அறிக்கையில், வரி குறைப்பு, சீர்திருத்த திருமணத்தை செல்லுபடியாக்கும் சட்டம், பேருந்துப் போக்குவரத்தை நாட்டுடமையாக்குவது, தமிழை ஆட்சி மொழி ஆக்குவது, விருப்பப் பாடம் என்ற பெயரில் கட்டாயமாக இந்தி திணிக்கப்படுவதை எதிர்ப்பது, தூத்துக்குடி துறைமுகத் திட்டம், கடல் நீரைக் குடிநீராக்கும் திட்டம், கட்டாய இலவசக்கல்வி, எல்லா நகரங்களிலும் பாதாளச் சாக்கடை போன்றவற்றை முன்னிறுத்தியது.

காங்கிரசைப் பொறுத்த வரையில் தனது பிரச்சாரத்தில், நெய்வேலி அனல்மின் நிலையத்தைக் கொண்டு வந்தது, பெரம்பூர் ரயில் பெட்டி தொழிற்சாலையைக் கொண்டு வந்தது ஆகியவற்றை சாதனைகளாக சொன்னது காங்கிரஸ்.

பெரியாரின் விடுதலை, தி.மு.கவைக் கண்ணீர்த் துளிகளாக வர்ணித்து, கடுமையாக விமர்சித்தது. 'எனக்கு வயதாகிவிட்டது. நான் அதிக நாள் இருக்க மாட்டேன். நான் போன பிறகு காமராஜர் தமிழர்களின் நலனைப் பாதுகாப்பார் அவர்தான் என் வாரிசு' என்றார் பெரியார்.

இதற்கு பதிலடி கொடுத்த தி.மு.க 'வடநாட்டு ஆதிக்கம் வளர்ந் திருக்கிறது. அதனைக் கண்டிக்க காமராஜரால் முடியவில்லை. விருப்பமும் இல்லை. தென்னாடு தேய்கிறது. வாழ வைக்க காமராஜ ரால் முடியவில்லை. அப்படி இருக்கும்போது காங்கிரசை ஆதரிக்க லாமா? பெரியாரை கேட்க வேண்டாம். நீங்களே சிந்தித்துப் பாருங்கள்' என்றது திமுக.

இந்தத் தேர்தல் பிரச்சாரத்தில் சினிமா நட்சத்திரங்கள் பெரும் பங்கு வகித்தனர். எம்.ஜி.ஆரும், எஸ்.எஸ்.ஆரும், தி.மு.க.வுக்கு ஆதரவாக களமிறங்க, சிவாஜி கணேசன் தமிழ் தேசிய கட்சிக்காகப் பிரச்சாரம் செய்தார்.

தேர்தல் முடிவுகள் வெளிவந்த போது ஆச்சர்யம் காத்திருந்தது. மொத்தமுள்ள 206 இடங்களில் 139 இடங்களைப் பிடித்திருந்தது காங்கிரஸ்.

கடந்த தேர்தலோடு ஒப்பிட்டால் 12 இடங்கள் குறைவு. அதிர்ச்சிக்கு காரணம் அதுவல்ல. கடந்த தேர்தலில் 15 இடங்களையே பிடித் திருந்த தி.மு.க. இந்தத் தேர்தலில் 50 இடங்களைப் பிடித்திருந்தது. சுதந்திரா கட்சி 6 இடங்களிலும், பார்வர்டு பிளாக் மூன்று இடங் களையும், கம்யூனிஸ்டு கட்சி 2 இடங்களிலும், சோஷலிஸ்ட் கட்சி ஒரு இடத்திலும், சுயேட்சைகள் 5 இடங்களிலும் வெற்றி பெற்றனர்.

பல இடங்களில் காங்கிரசின் வாக்குகளை சுதந்திரா கட்சி பிடித்திருந்தது.

தி.மு.க.வின் சார்பில் 1957ல் வெற்றி பெற்றிருந்த 15 பேரில் சி.என். அண்ணாதுரை உட்பட 14 பேர் தோல்வியைத் தழுவினர். கடந்த முறை வெற்றி பெற்றவர்களில் மு.கருணாநிதி மட்டுமே இந்த முறையும் வெற்றி பெற்றிருந்தார்.

கடந்த தேர்தலில் வெற்றி பெற்ற தி.மு.கவினர் இந்த முறை வெற்றி பெறக் கூடாது என்ற காமராஜர் திட்டம் கிட்டத்தட்ட வெற்றியைப் பெற்றிருந்தது.

தனக்கு தோல்வி ஏற்படப் போவதை முன்பே உணர்ந்திருந்தார் அண்ணா. வாக்கு எண்ணும் தினத்தன்று எம்.ஜி.ஆரின் மனைவி சதானந்தவதி உயிரிழந்தார். எம்.ஜி.ஆருக்கு ஆறுதல் சொல்ல வந்த அண்ணா அங்கேயே நீண்ட நேரம் இருந்தார். 'ஓட்டு எண்ணும் நேரத்தில் நீங்க இங்கே இருக்கீங்களே ஏதாவது தப்பு நடந்துட்டா?' என்று எம்.ஜி.ஆர் கேட்க இனிமே தப்பு நடப்பதற்கு ஒன்றுமே இல்லை என்றார் அண்ணா.

தி.மு.க பிரதான எதிர்க்கட்சியாக அந்தஸ்தைப் பெற்றிருந்தாலும் கட்சியின் பொதுச் செயலாளர் அண்ணாவின் தோல்வி அவர்களை நிலை குலைய வைத்தது. ஆனால் அண்ணா உற்சாகமாக பேசினார்.

'எப்படி எங்கள் 15 பேரையும் ஒழிப்போம் என்று கூறி 50 இடங்களை கோட்டை விட்டார்களோ, அதுபோல அடுத்த தேர்தலில் இன்னொரு 75 இடங்களை கோட்டை விடுவார்கள்' என்றார் அண்ணா. மக்களை மிரட்டியும், மயக்கியும் வாக்குகள் பறிக்கப் பட்டன. பணம் விளையாடியது எனக் குற்றம் சாட்டினார் அண்ணா.

வெற்றி பெற்ற காமராஜர் அமைத்த அமைச்சரவையில் அரையும் சேர்த்து ஒன்பது பேர் பெற்றிருந்தனர்.

நிதி அமைச்சராக பக்தவச்சலமும், வருவாய்த்துறை அமைச்சராக ஆர். வெங்கட்ராமனும், விவசாயத்துறை அமைச்சராக பூவராகனும் நியமிக்கப்பட்டனர்.

ஆனால் 'கே' பிளான் திட்டப்படி விரைவிலேயே காமராஜர் பதவி விலகிக் கொள்ள பக்தவச்சலம் முதல்வரானார். சட்டமன்றத் தேர்தலில் தோல்வியடைந்திருந்த அண்ணா மாநிலங்களவைக்குத் தேர்வானார்.

17
காமராஜர் காலத்திய தொழில் நிறுவனங்கள்

காமராஜர் காலத்தில் தமிழகத்தில் தொடங்கப்பட்ட முக்கிய பொதுத்துறை நிறுவனங்களும், பெருந்தொழிற்சாலைகளும் :

1. பாரதமிகு மின் நிறுவனம்
2. நெய்வேலி பழுப்பு நிலக்கரி நிறுவனம்
3. மணலி சென்னை சுத்திகரிப்பு நிலையம்
4. இரயில் பெட்டி இணைப்புத் தொழிற்சாலை
5. நீலகிரி புகைப்படச் சுருள் தொழிற்சாலை
6. கிண்டி மருத்துவ சோதனைக் கருவிகள் தொழிற்சாலை
7. மேட்டூர் காகிதத் தொழிற்சாலை

குந்தா மின்திட்டமும், நெய்வேலி மற்றும் ஊட்டி ஆகிய இடங்களில் வெப்பமின் திட்டங்களும் காமராஜரால் ஏற்படுத்தப்பட்டவை.

காமராஜர் முதல் அமைச்சரான முதல் ஆண்டிலேயே அனைத்து தொடக்கப்பள்ளி ஆசிரியர்களுக்கும் ஓய்வு ஊதியம் வழங்க ஆணை யிட்டார்.

பின்னர் உயர்நிலைப் பள்ளி ஆசிரியர்களுக்கும், அதன் பின்னர் தனியார் கல்லூரி ஆசிரியர்களுக்கும் ஓய்வு ஊதியம் வழங்கும்படி ஓய்வு ஊதியத் திட்டத்தை நீட்டித்தார்.

1967 ஆம் ஆண்டு நடைபெற்ற தமிழக சட்டமன்றப் பொதுத் தேர்தலில் தமது சொந்த ஊரான விருதுநகர் தொகுதியில் பெ.சீனிவாசன் என்பவரால் 1285 வாக்கு வித்தியாசத்தில் தோற் கடிக்கப்பட்டார் காமராஜர்.

நாகர்கோயில் மக்களவைத் தேர்தலில் 1969ல் நடைபெற்ற இடைத் தேர்தலில் வெற்றி பெற்றார்.

மூன்று முறை (1954-57, 1957-1962, 1962-63) முதலமைச்சராகத் தேர்ந்தெடுக்கப்பட்டிருந்த காமராஜர் பதவியை விட தேசப் பணியும், கட்சிப் பணியுமே முக்கியம் என்பதை மக்களுக்கும் குறிப்பாக கட்சித் தொண்டர்களுக்கும் காட்ட விரும்பிக் கொண்டு வந்த திட்டம்தான் K.PLAN எனப்படும் காமராஜர் திட்டம் ஆகும்.

அதன்படி கட்சியின் மூத்த தலைவர்கள் பதவிகளை இளையவர் களிடம் ஒப்படைத்து விட்டு கட்சிப் பணியாற்றச் செல்ல வேண்டும் என்று இவர் நேருவிடம் சொன்னதை அப்படியே ஏற்றுக் கொண்டார் நேரு.

இந்தத் திட்டத்தை முன்மொழிந்த கையோடு தன் முதலமைச்சர் பதவியை ராஜினாமா செய்து (2 அக்டோபர் 1963) பொறுப்பினை பக்தவச்சலத்திடம் ஒப்படைத்துவிட்டு டெல்லி சென்றார்.

அக்டோபர் 9 அன்று அகில இந்திய காங்கிரஸ் கட்சியின் தலைவர் ஆனார் காமராஜர்.

லால்பகதூர் சாஸ்திரி, மொரார்ஜி தேசாய், எஸ்.கே.பட்டீல், ஜெகஜீவன்ராம் போன்றோர் அவ்வாறு பதவி துறந்தவர்களில் முக்கியமானவர்கள்.

அகில இந்திய அளவில் காமராஜரின் செல்வாக்கு கட்சியினரின் மரியாதைக்குரியதாக இருந்தது. அதனாலேயே 1964ல் ஜவஹர்லால் நேரு இறந்தவுடன் இந்தியாவின் தலைமை அமைச்சராக லால்

பகதூர் சாஸ்திரியை முன் மொழிந்து காமராஜர் சொன்ன கருத்தினை அனைவரும் ஏற்றனர்.

1966 இல் லால்பகதூர் சாஸ்திரி திடீர் மரணத்தின் போது ஏற்பட்ட அசாதாரண அரசியல் சூழ்நிலையின்போது இந்திரா காந்தியை பிரதம மந்திரியை கொண்டு வரச் செய்ததில் காமராஜருக்கு கணிசமான பங்கு இருந்தது.

காமராஜருக்கு இந்திரா காந்தியுடன் ஏற்பட்ட பிணக்கு காரணமாக காங்கிரஸ் கட்சி இரண்டாக உடையும் நிலை ஏற்பட்டது.

காமராஜரின் தலைமையிலான சிண்டிகேட் காங்கிரஸ் தமிழக அளவில் செல்வாக்குடன் திகழ்ந்தது.

ஆனாலும் திராவிட முன்னேற்றக் கழகத்தின் மாபெரும் வளர்ச்சியால் அதன் பலம் குன்றிப் போக காமராஜர் தன்னுடைய அரசியல் பயணத்தை தமிழக அளவில் சுருக்கிக் கொண்டார். தமிழக ஆட்சியாளர்களின் தவறுகளை சுட்டிக்காட்டி வந்தார்.

இந்திரா காந்தி நெருக்கடி நிலையினை அமல் செய்தபோது அதனைக் கடுமையாக எதிர்த்தவர்களில் காமராஜரும் ஒருவர்.

இந்தியாவின் அரசியல் போக்கு குறித்து மிகுந்த குறையும் கவலையும் கொண்டிருந்த நிலையில் காமராஜர் இருந்தார்.

இந்தியாவின் விடுதலைக்கு பாடுபட்ட ஜெயப்பிரகாஷ் நாராயணன், மொரார்ஜி தேசாய் மற்றும் பல தலைவர்கள் இக்காலகட்டத்தில் இந்திரா காந்தி அரசால் கைது செய்யப்பட்டனர்.

அக்டோபர் 2 காந்தியடிகள் பிறந்த நாளன்று அவர்கள் விடுதலை செய்யப்படுவார்கள் என்று எதிர்பார்த்திருந்தார். ஆனால் அன்று ஆச்சார்ய கிருபாளணியும் கைது செய்யப்பட்டார் என்ற செய்தியை கேட்ட அன்றே உயிர் துறந்தார்.

1975 அக்டோபர் திங்கள் 2 ஆம் நாள் மதிய உறக்கத்திற்குப் பின்னர் காமராஜரின் உயிர் பிரிந்தது.

அவர் இறந்தபோது பையில் இருந்த சிறிதளவு பணத்தை தவிர

வேறு வங்கிக் கணக்கோ, சொந்த வீடோ, வேறு எந்தவித சொத்தோ காமராஜரிடம் இல்லை. தன் வாழ்நாள் இறுதிவரை வாடகை வீட்டிலேயே வசித்து வந்தவர் காமராஜர்.

18
என்றும் ஏழையாக காமராஜரும் கக்கனும்

காமராஜரும் கக்கனும் ஏழையாக வந்தார்கள். ஏழையாகவே இருந்தார்கள். ஏழையாகவே இறந்தார்கள். பதவியையும், அதிகாரத்தையும் தம் சுயநலத்துக்காக பயன்படுத்தாமல் மக்களுக்காகவே வாழ்ந்து மறைந்தார்கள்.

கக்கன் அவர்களுக்கு அவருடைய சாதி, இனம் என்று பாராமல் மிகப்பெரும் பொறுப்புகளை எல்லாம் காமராஜர் அளித்து இருந்தார்.

கக்கனுக்குப் பிறகு அவரது இனத்தை சேர்ந்தவர்களுக்கெல்லாம் நிதி, உள்துறை, பொதுப் பணித்துறை, மக்கள் நல்வாழ்வுத்துறை, தொழில்துறை போன்ற முக்கியத் துறைகள் எந்த முதலமைச்சரின் அமைச்சரவையிலும் வழங்கப்படவில்லை.

கக்கன் காமராஜரின் நம்பிக்கைக்கு உரியவராக இருந்தார். இன்னொரு காமராஜராகவே திகழ்ந்தார்.

திரு. கக்கன் நாடாளுமன்ற உறுப்பினராக இருந்தபோதும் தன் மனைவி சொர்ணம் தொடக்கப்பள்ளி ஆசிரியையாகத் தொடர்ந்து

பணியாற்றுவதையே விரும்பினார். வலிமைமிக்க அமைச்சராக அவர் வலம் வந்த போது, தன் மகள் கஸ்தூரிபாயை மாநகராட்சிப் பள்ளியில் தான் படிக்கச் செய்தார்.

தம் தம்பி விஸ்வநாதனுக்கு தாழ்த்தப்பட்டோர் நலத்துறை இயக்குநர், லயோலா கல்லூரிக்கு அருகில் உள்ள ஒரு கிரவுண்ட் மனையை ஒதுக்கீடு செய்து அரசாணையை அளித்த செய்தியறிந்த கக்கன் அந்த ஆணையை வாங்கி கிழித்தெறிந்தார்.

காமராஜரும், கக்கனும் ராமன் இலக்குவன் போல இதிகாச கதா பாத்திரங்களாக வாழ்ந்தார்கள்.

காமராஜரைப் பற்றிய நினைவலைகளாக ஒரு முறை கக்கன் எழுதி யிருந்த கட்டுரையில்:-

'மதுரையில் ராணி மங்கம்மாள் சத்திரத்தின் முன்பாகத்தான் நான் முதன் முதலில் பெரியவரைப் பார்த்தேன். திரு. வெங்கடாஜலபதி என்பவரைப் பார்ப்பதற்காக நானும் எனது நண்பரும் அந்தப் பக்கமாக நடந்து போய்க் கொண்டு இருந்த போது எதிரில் சற்றுத் தள்ளி பெரியவரும் அவரோடு இரண்டு மூன்று பேரும் வந்து கொண்டிருந்தனர்.

'இவர் தான் காமராஜர்' என்று கூறினார் என் நண்பர். காங்கிரஸ் ஊழியர்கள் எல்லாம் பெரியவரைப் பற்றி மிகவும் உணர்ச்சிவயப் பட்டு புகழ்ந்து பேசுவார்கள். ஊழியர்களுக்கு எல்லாம் அவர் ஒரு முன் மாதிரியாக இருப்பதாகச் சொல்வார்கள்.

ஆகையால் அவரைச் சந்தித்துப் பேச வேண்டும் என்ற ஆசையோடு இருந்தேன். ஆனால் அதற்கு வாய்ப்பு கிட்டாமல் இருந்தது. இப்போது பெரியவரே எதிரில் நடந்து வந்து கொண்டு இருக்கிறார்.

அவரிடம் வலியச் சென்று பேச எனக்குத் தயக்கமாக இருந்தது. மேலும் அவரோ தன் சகாக்களுடன் எதையோ தீவிரமாக விவாதித்துக் கொண்டு வந்தார். அறிமுகத்துக்கு இது ஏற்ற தருணம் அல்ல' என்று எண்ணி பெரியவரை வைத்த கண் வாங்காமலேயே பார்த்தபடி நடந்து சென்று விட்டேன்.

இது நடந்த போது எனக்கு 27 வயது இருக்கும். 1936 என்று நினைக்கிறேன். மதுரையில் சேவாலயம் ஹாஸ்டலில் அப்போது நான் வார்டனாக இருக்கிறேன். ஹரிஜன மாணவர்களுக்காக ஹரிஜன சேவா சங்கம் இந்த ஹாஸ்டலை நடத்தி வருகிறது.

பள்ளிக்கூடத்தில் படிக்கும்போதே நான் காங்கிரஸ் கட்சியில் நாலணா மெம்பர். ஆனால் கட்சி வேலைகளில் ஈடுபட்டது இல்லை. எஸ்.எஸ்.எல்.சி வரைக்கும் படித்தேன். மேற்கொண்டு படிக்க வசதி இல்லாததால் இந்த ஹாஸ்டலுக்கு வார்டனாக வந்து சேர்ந்தேன்.

1942 போராட்டத்தில் கலந்து கொண்டு சிறைக்கு போய் ஒன்றரை வருடம் ஜெயில் வாசம் முடித்து விட்டு மறுபடியும் மேலூருக்கு வந்து ஹாஸ்டல் பொறுப்பை ஏற்றுக் கொண்டேன்.

இந்தச் சமயத்தில் தான் பெரியாருக்கும், இராஜாஜி அவர்களுக்கும் கருத்து வேறுபாடுகள் ஏற்பட்டு இருந்தன.

பெரியவரோ ஊழியர்கள் மத்தியில் செல்வாக்கு பெற்ற ஊழியராக இருந்தார். காங்கிரஸ் கட்சியில் நானும் ஒரு ஊழியன். அதனால் ஒரு ஊழியரின் ஆதரவு மற்றோர் ஊழியருக்குத்தான் இருக்க வேண்டும் என்ற எண்ணம் எனக்கு அசைக்க முடியாமல் ஏற்பட்டு விட்டது.

பெரியவரை 1945ல் திருப்பரங்குன்றத்தில் காங்கிரஸ் ஊழியர் மாநாட்டில் தான் முதன் முதலில் சந்தித்துப் பேசினேன். முதல் சந்திப்பிலேயே பெரியவர் எனக்கு ஓர் ஊழியராகத்தான் தோன்றினார்.

மகாத்மா காந்தி 1934ல் மதுரை வந்தபோது அவருக்கு தொண்டாற்றும் வாய்ப்பு கக்கனுக்கு வந்து சேர்ந்தது. காங்கிரஸ் நடத்திய போராட்டங்களில் தீவிரமாகப் பங்கேற்ற கக்கன் 1942 ஆகஸ்ட் புரட்சியின்போது மேலூர் காவல் நிலையத்தில் சிறை வைக்கப் பட்டார்.

அவர் மனைவி முன்னிலையில் 5 நாட்கள் கசையடி கொடுத்து சக தோழர்களை காட்டிக் கொடுக்கச் சொன்னபோது கடைசி அடி வரை அடி வாங்கினாரே தவிர காட்டிக் கொடுக்கவில்லை.

சுயநினைவு இழந்தவரை குதிரை வண்டியில் பாதம் வைக்கும் இடத்தில் கிடத்தி தலையும், கால்களும் தொங்கிய நிலையில் இழுத்துச் சென்றனர்.

தமிழக அரசியல் களத்தில் 10 ஆண்டுகள் தொடர்ந்து அமைச்சராக இருந்த கக்கன் பொதுப்பணி, உள்துறை, விவசாயம், உணவு, மதுவிலக்கு, அரசின் நலம் அறநிலையத்துறை போன்ற பல்வேறு இலாகாக்களை நிர்வகித்தார்.

கக்கன் அமைச்சராகப் பொறுப்பேற்ற காலத்தில் மேட்டூர், வைகை அணைகள் கட்டடப்பட்டன. மதுரை வேளாண்மைக் கல்லூரியைக் கொண்டு வந்தார்.

மதுரை மருத்துவமனையில் சேர்க்கப்பட்டு சாதாரண வகுப்பில் அவர் சிகிச்சை பெற்ற போது மதுரை முத்துவை நலம் விசாரிக்க வந்த முதல்வர் எம்.ஜி.ஆர் காளிமுத்து மூலம் செய்தியறிந்து கக்கனைப் போய்ப் பார்த்து அதிர்ந்து போனார். உடம்பில் ஒரு துண்டு மட்டும் போர்த்திக் கொண்டு முக்கால் நிர்வாண நிலையில் இருந்த கக்கனைக் கண்டு கலங்கி நின்ற எம்.ஜி.ஆர், சிறப்பு வார்டுக்கு மாற்ற உத்தரவிட்டபோது 'வேண்டாம்' என மறுத்து விட்டார்.

'உங்களுக்கு நான் என்ன உதவி செய்ய வேண்டும்' என்ற கேட்ட எம்.ஜி.ஆரிடம் 'நீங்கள் பார்க்க வந்ததே மகிழ்ச்சி' என்று கை கூப்பினார்.

❒

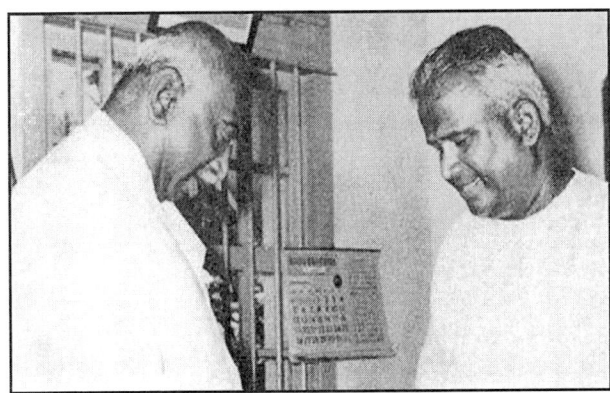

19
காந்தியத் தத்துவத்தின் காவலர்

காந்தியின் பிறந்த தினத்தன்று காமராஜர் இறந்தது எதிர்பாராமல் நிகழ்ந்தாக இருந்தாலும் இதன் மூலம் வரலாறு அவர்கள் இருவரின் பிணைப்பை நமக்கு உணர்த்துகிறது.

காந்தியக் கொள்கைகளை தனது இறுதி மூச்சுவரை இறுகப் பிடித்து வாழ்ந்தவர் காமராஜர். எளிமையாகச் சொல்ல வேண்டுமானால் காந்தியத்தின் கடைசித் தூண்களுள் ஒன்று சாய்ந்து விட்டது என காமராஜரின் மறைவை விவரிக்க முடியும்.

தமிழக அரசியலிலும் தேசிய அரசியலிலும் செல்வாக்கு மிக்க அரசியல் தலைவராக விளங்கிய காமராஜர் நேர்மை, எளிமை, தூய்மை ஆகியவற்றைத் தாரக மந்திரமாகப் பின்பற்றினார்.

இவற்றையெல்லாம் வலியுறுத்திய காந்தியின் கொள்கைகளைப் பின்பற்றி அவர் பிறந்த நாளில் மறைந்து அவரோடு இரண்டறக் கலந்து விட்டார்.

காந்தி வழியில் வாழ்ந்து காந்தியத்தின் உன்னதத்தை உணர்ந்து வாழ்ந்ததால் அவர் தென்னாட்டு காந்தி என்று அழைக்கப்பட்டார்.

16 வயதில் தந்தையை இழந்த காந்தி தாய் புத்திலி பாயின் அரவணைப்பில் வளர்கிறார். வழக்கறிஞர் படிப்பிற்காக இங்கிலாந்திற்கு சென்ற போதும் கூட தன் தாயாருக்கு அளித்த சத்தியத்தின் படி வாழ்நாள் முழுக்க தனிமனித ஒழுக்கத்தை கடைப்பிடித்தார். காமராஜரும் தனது ஆறு வயதில் தந்தை குமாரசாமியை இழக்கிறார். தாயார் சிவகாமி அம்மையாரின் அன்பில் வளர்ந்தார்.

பிரிட்டிஷ் அரசாங்கம் கொண்டு வந்த உப்பு சட்டத்தை எதிர்த்து 1930 ஆம் ஆண்டு உப்பு சத்தியாகிரகத்தை நடத்தினார் காந்தி. தமிழ்நாட்டில் திருச்சி முதல் வேதாரண்யம் வரை நடந்து சென்ற அந்த போராட்டத்தில் காமராஜரும் கலந்து கொண்டு கைதானார். இரண்டு வருட சிறை, காமராஜரின் முதல் சிறை வாசத்துக்கும் பொது வாழ்க்கைக்கும் தெரிந்தோ, தெரியாமலோ பிள்ளையார் சுழி போட்டவர் காந்தி.

அதிகப்படியான உணவு நோயைக் கொண்டு வரும் என்று நம்பிய காந்தி வாரம் ஒருநாள் உண்ணாநோன்பினை கடைப்பிடித்து வந்தார். காமராஜரும் அப்படித்தான். உணவில் பெரிய அளவில் ஆர்வம் காட்டாதவர். சைவ உணவுப்பிரியர்.

அப்போது சுதந்திர இந்தியா இயக்கத்தை முன்னெடுக்கும் வகையில் மதுரைக்கு காந்தி வருகை புரிந்தார். அப்போது தான் காமராஜர் காந்தி இடையிலான முதல் சந்திப்பு நடைபெற்றது. அப்போது காமராஜர் காங்கிரஸில் சேர்ந்து இரண்டு ஆண்டுகள் ஆகியிருந்தன.

நேர்மையுடன் சத்திய நெறிகளை பிறழாமல் பொதுவாழ்க்கையில் ஒளிவுமறைவின்றி வாழ்ந்தவர் காந்தி. தனக்கென பெரிதாக எதையும் சேர்த்துக் கொள்ள விரும்பாதவர். காந்திய வாதியான காமராஜரும் அப்படித்தான்.

பொது வாழ்வில் நேர்மையாகவும் எளிய வாழ்க்கையும் சத்தியத்தையும் காத்து வாழ்ந்தவர் காமராஜர். இருவருக்குமே பதவி ஆசை என்பது இருந்ததில்லை. எந்த பதவியையும் தேடிச் சென்றதுமில்லை. அதனால் தான் காமராஜர் தென்னாட்டு காந்தி என அழைக்கப்படுகிறார்.

தன்னைத் தானே தூய்மைப்படுத்திக் கொள்பவனும், சுயமாகத் தியாகம் செய்யக் கூடியவனுமான இந்தியனே தான் பிறந்த நாட்டுக்கு உற்ற துணையாக இருக்க முடியும் என்ற காந்தியத் தத்துவத்திற்கே உதாரணமாக இருந்தவர் காமராஜர்.

தென்னாட்டு காந்தி, படிக்காத மேதை, பெருந்தலைவர், கருப்பு காந்தி என்றெல்லாம் அன்போடு அழைக்கப் பெற்றவர் காமராஜர்.

காமராஜர் விருது நகரில் 1903 ஆம் ஆண்டு சூலை 15 ஆம் தேதி பிறந்தார். இவர் தம் பெற்றோர் குமாரசாமி நாடார் மற்றும் சிவகாமி அம்மாள் ஆவார்.

குலதெய்வமான காமாட்சியின் பெயரையே முதலில் இவருக்கு சூட்டினார்கள். தாயார் சிவகாமி அம்மாள் மட்டும் அவரை 'ராசா' என்றே அழைத்து வந்தார். நாளடைவில் காமாட்சி என்ற பெயர் மாறி 'காமராசு' என்று ஆனது.

தனது பள்ளிப் படிப்பைச் சத்ரிய வித்யாசாலா பள்ளியில் தொடங்கினார். படிக்கும்போது மிகவும் பொறுமையுடனும், விட்டுக் கொடுக்கும் மனத்துடனும் இவர் விளங்கினார்.

சிவகாமி அம்மாளுக்கு இரண்டு சகோதரர்கள். ஒருவர் கருப்பையா நாடார். இவர் துணிக்கடை வைத்திருந்தார். மற்றொருவர் பெயர் காசி நாராயண நாடார். இவர் திருவனந்த புரத்தில் மரக்கடை வைத்திருந்தார்.

சூழ்நிலையின் காரணமாக பள்ளிப் படிப்பைத் தொடர முடியாத நிலை ஏற்பட்டதும் காமராஜர் தன் மாமாவின் துணிக்கடையில் வேலையில் அமர்ந்தார்.

அங்கிருக்கும்போது பெ.வரதராசலு நாயுடு போன்ற தேசத் தலைவர்களின் பேச்சுகளில் கவரப்பட்டு அரசியலிலும், சுதந்திரப் போராட்டங்களிலும் ஆர்வம் காட்டினார். தன்னுடைய 16 ஆம் வயதில் காங்கிரசின் உறுப்பினராக மாறினார்.

ராஜாஜியின் தலைமையில் 1930 மார்ச் மாதம் வேதாரண்யத்தில் உப்பு சத்தியாக்கிரகம் நடைபெற்ற போது அதில் கலந்து

கொண்டார். அதற்காக காமராஜர் கைது செய்யப்பட்டு கல்கத்தா அலிப்பூர் சிறைக்கு அனுப்பப்பட்டார். அடுத்த ஆண்டு காந்தி இர்வின் ஒப்பந்தத்தின் அடிப்படையில் விடுதலை ஆனார்.

விருதுநகர் வெடிகுண்டு வழக்கில் கைதாகி, சேலம் டாக்டர் பெ. வரதராசலு நாயுடுவின் வழக்காடும் திறமையால் குற்றச்சாட்டு நிரூபிக்கப்படாதலால் விடுதலை ஆனார்.

அங்கிருக்கும்போதே விருதுநகர் நகராட்சித் தலைவராகத் தேர்ந் தெடுக்கப்பட்டார். ஒன்பது மாதங்களுக்குப் பின் விடுதலை ஆனது நேராகச் சென்று தன் பதவி விலகினார். பதவிக்கு நேர்மையாக கடமையாற்ற முடியாத நிலையில் அதில் ஒட்டிக் கொண்டிருப்பது தவறு என்பது அவருடைய கொள்கையாக இருந்தது.

மீண்டும் 1942ல் ஆகஸ்டு புரட்சி நடவடிக்கைகளுக்காக கைது செய்யப்பட்டார். இந்த முறை மூன்று ஆண்டுகள் தண்டனை பெற்றார்.

❒

20. காமராஜின் கடைசித் தருணங்கள்

1975 ஆம் ஆண்டு அக்டோபர் மாதம் 2 ஆம் தேதி காலை 6.30 மணிக்கு காமராஜர் எழுந்தார். காலை தினசரிகள் அனைத்தும் அவரிடம் கொடுக்கப்பட்டன. எல்லாப் பத்திரிக்கைகளையும் படித்தார். பின்னர் குளித்து விட்டு வந்து சிற்றுண்டி சாப்பிட்டார்.

10 மணிக்கு காமராஜரை தினந்தோறும் கவனிக்கும் டாக்டர் வந்து உடல்நிலையைப் பார்த்து இன்சுலின் ஊசி போட்டு விட்டு சென்றார்.

11 மணியளவில் சட்டக் கல்லூரி மாணவர்கள் 50 பேர் காமராஜர் வீட்டிற்கு சென்று அவரைப் பார்க்க விரும்புவதாக உடல் நலமின்றி இருந்த காமராஜரின் அறைக்குள் அவர்கள் அனைவரும் நுழைந்த போது இந்த சிறிய அறைக்குள் இத்தனை பேருக்கு இடமில்லையே என்று காமராஜர் கூறியபடியே அறைக்குள் நுழைந்தார்.

அவரைக் கைத்தாங்கலாக வெங்கட்ராமன் அழைத்து வந்தார். அவரைப் பார்த்ததும் மாணவர்கள் 'காந்தி வாழ்க! காமராஜர் வாழ்க!' என்று கோஷமிட்டனர்.

மூன்று நிமிடம் உரையாடிய காமராஜர் நிற்க முடியாமல் அவர்களிடம் விடைபெற்றார். நெடுமாறன், குமரி அனந்தன். திண்டிவனம் ராமமூர்த்தி என தமிழ்நாடு காங்கிரஸ் செயலாளர்களை 12 மணிக்கு வந்து சந்திக்கும்படி அழைத்தார்.

அப்போது பா.ராமசந்திரன் தலைவர் வழக்கமாக 1 மணிக்கு உணவருந்தும் காமராஜர் அன்று 1.30 மணிக்கு சாப்பிட்டார். பாவக்காய் கறி, முளைக்கீரை மசியல், பருப்புத் துவையல், மோர் சாதம் ஆகியவற்றை காமராஜரின் உதவியாளர் வைரவன் பரிமாறினார். உணவு அருந்தும்போது மின்விசிறி ஓடிய போதும் வியர்ப்பதாக கூறினார். வைரவன் அதெல்லாம் ஒன்றுமில்லை பிரமை என்று கூறி காமராஜருடைய உடம்பை துடைத்து விட்டார்.

சாப்பிட்ட பிறகு பாத்ரூம் சென்றுவிட்டு தன்னுடைய படுக்கை அறைக்கு சென்றார். அவர் மணியடித்தால் தான் உதவியாளர் உள்ளே நுழைவது வழக்கம். இரண்டு மணிக்கு காமராஜர் மணியடித்தார். வைரவன் உள்ளே சென்று பார்த்தார். காமராஜர் உடம்பெல்லாம் வியர்வையாக இருந்தது. ஆனால் ரூம் AC செய்யப்பட்டிருந்த ரூம். பயந்து போன வைரவன் காமராஜரின் தலையைத் தொட்டுப் பார்த்தார். ஜில்லென்று இருந்தது.

உடனே அவர் டாக்டரைக் கூப்பிடட்டுமா என்று காமராஜரிடம் கேட்டார். டாக்டர் சௌரிராஜனுக்கு போன் செய்து தரும்படி காமராஜர் கேட்டார்.

உடனே பல இடங்களில் தேடிப் பார்த்து அவர் எங்கிருக்கிறார் என்று தெரியாததால் மற்றொரு டாக்டரான ஜெயராமனை போனில் பிடித்த வைரவன் காமராஜரை டாக்டரிடம் பேச வைத்தார்.

காமராஜர் டாக்டரிடம் AC ஓடிக் கொண்டிருக்கிறது. ஆனால் வேர்க்கிறதே என்று கேட்டார். டாக்டர் மூச்சு திணறுகிறதா, மார்பில் வலியிருக்கிறதா என்று காமராஜரிடம் கேட்டு விட்டு உடனே புறப்பட்டு வருவதாக கூறினார். டாக்டரிடம் பேசி முடித்த பிறகு வைரவனை அழைத்த காமராஜர் "வரும்போது ரத்த அழுத்தம் பார்க்கிற கருவியை எடுத்துக் கொண்டு வரச் சொல்லு, டாக்டர் வந்தவுடன் எழுப்பு, விளக்கை அணைத்து விட்டுப் போ" என்று

கூறினார். உதவியாளரும் விளக்கை அணைத்துவிட்டு சென்றார்.

மூன்று மணியளவில் முதலில் காமராஜர் அவர்கள் தேடிய டாக்டர் சௌரிராஜன் விசயம் கேள்விப்பட்டு வீட்டுக்குள் ஓடி வந்து அறைக்கதவை திறந்து கொண்டு உள்ளே போனார்.

கட்டிலின் இடதுபுறம் திரும்பிக் கொண்டு இரண்டு கைகளையும் தலைக்கு முட்டுக் கொடுத்துக் கொண்டு கால்களை மடக்கியவாறு காமராஜர் அவர்கள் படுத்திருந்தார்.

ஆனால் காமராஜரிடம் இருந்து வழக்கமாக வரும் குறட்டை ஒலி வராததை கண்ட டாக்டர் பயந்து போய் காமராஜரை தோளைத் தொட்டு எழுப்பினார். பதில் எதுவும் இல்லை.

நாடித் துடிப்பை பார்க்கலாம் என்று கையைத் தொட்டார். ஜில்லென்று இருந்தது. கையில் இருந்த ரத்த அழுத்தக் கருவியையும், ஸ்டெதஸ்கோப்பையும் தரையில் அடித்து அழுது புரண்டார்.

அதற்குள் வந்த டாக்டர் ஜெயராமன் நிலைமையைப் பார்த்து நேரடி யாக இதயத்திற்குள் ஊசி மருந்தை செலுத்த முயன்றார். பயனில்லை. அடுத்ததாக டாக்டர் அண்ணாமலையும் அங்கு வந்தார். அவரும் முயற்சித்துப் பார்த்துவிட்டு வெளியில் வந்து அதிகாரப் பூர்வமாக காமராஜர் இறந்து விட்டதை அறிவித்தார். அப்போது மணி 3.20.

காந்தியடிகள் பிறந்த நாள் அக்டோபர் 2. அதுவே காமராஜர் பிரிந்த நாளாகி விட்டது. அன்று விடாத மழையிலும் கூட காமராஜர் மறைவுச் செய்தி காட்டுத்தீயாக நாடு முழுக்க புயல் வேகத்தில் பரவியது. உதடுகளில் ஒரு மவுனப் புன்னகை. எளிய தோற்றத்தில் பெருந்தலைவன் புகழோடு ஐக்கியமாகி விட்டான்.

தமிழகம் எங்கு நோக்கிலும் கதறியழும் மனிதர்கள். இராஜாஜி மண்டபத்துக்கு அவர் உடலைக் கொண்டு செல்ல முடிவானது. அன்று மாலை 5.30 மணிக்கு விசேஷ மோட்டார் வண்டியில் காமராஜர் உடல் ராஜாஜி மண்டபத்துக்கு மரியாதை செலுத்தும் வகையில் காந்தி ஜெயந்தி விழாக் கொண்டாட்டங்கள் அனைத்தும் ரத்து செய்யப்பட்டன.

மறுநாள் வெள்ளிக்கிழமை அரசு விடுமுறை என்றும் தமிழ்நாடு அரசு ஒரு வாரம் துக்கம் அனுஷ்டிக்கும் என்றும் அறிவிக்கப்பட்டது.

◻